가장 알기 쉽게 배우는
바로바로 베트남어 독학 단어장

저 자 FL4U컨텐츠
발행인 고본화
발 행 탑메이드북
교재 제작·공급처 반석출판사
2024년 11월 10일 초판 6쇄 인쇄
2024년 11월 15일 초판 6쇄 발행
반석출판사 | www.bansok.co.kr
이메일 | bansok@bansok.co.kr
블로그 | blog.naver.com/bansokbooks

07547 서울시 강서구 양천로 583. B동 1007호
(서울시 강서구 염창동 240-21번지 우림블루나인 비즈니스센터 B동 1007호)
대표전화 02) 2093-3399   **팩 스** 02) 2093-3393
출 판 부 02) 2093-3395   **영업부** 02) 2093-3396
등록번호 제315-2008-000033호

Copyright ⓒ FL4U컨텐츠

ISBN 978-89-7172-863-5 (13790)

- 본 책은 반석출판사에서 제작, 배포하고 있습니다.
- 교재 관련 문의 : bansok@bansok.co.kr을 이용해 주시기 바랍니다.
- 이 책에 게재된 내용의 일부 또는 전체를 무단으로 복제 및 발췌하는 것을 금합니다.
- 파본 및 잘못된 제품은 구입처에서 교환해 드립니다.

탑메이드북

머리말

 베트남과 FTA가 발효된 후로 건설, 제조, 전자, 에너지 분야 등에서 국내 기업의 베트남 투자가 날로 확대되고 있다. 아시아 등지에 흩어져 있던 공장들이 속속 베트남을 거점 삼아 모이고 있는 추세이기도 하다. 또한 베트남은 국내 관광객들에게도 매력적인 관광 휴양지로 손꼽히는 곳이기도 하다.

 이러한 이유로 베트남어에 대한 수요가 점점 늘어나고 있다. 베트남어 공부를 하려면 어떤 방법이 좋을까? 외국어 공부는 왕도가 없다. 외국어를 정복하고자 하는 굳은 의지와 노력이 가장 중요하다. 다른 외국어 공부도 그러하겠지만 베트남어 학습 역시 단어와의 싸움이다. 많은 단어를 인내심을 가지고 내 것으로 만드는 학습이 매우 중요하다 할 수 있다.

 단어를 이미지화시켜 암기하는 방식이 단순히 글을 통해 암기하는 것보다 효과가 훨씬 크다는 것은 이미 여러 연구 자료를 통해 알려진 사실이다. 어떤 연구에 따르면 그림으로 외국어를 공부하는 것이 글로만 공부하는 것보다 10배나 효과적이라고 한다.

 이런 전문적인 조사가 아니라고 해도 실제로 학습하는 학습자라면 누구나 다 그 효과를 알 것이다. 글만 나열되어 있는 단어장보다는 그림이 있는 것이 자칫 지루할 수 있는 반복 학습을 덜 지루하게 만들어준다. 학습의 재미뿐 아니라 효율도 향상된다. 더 오랫동안 기억에 남는 것이다.

베트남어는 아직까지 우리에게는 좀 생소하고, 생활 속에서 쉽게 접하기는 어려운 언어이다. 그런 만큼 초보자가 쉽게 접근하기 어려운 면이 있는데, 이 책은 초보자도 좀 더 가벼운 마음으로 시작할 수 있도록 베트남어에 한글 발음을 함께 표기하였다. 한글로 표기된 발음을 따라 읽으면서 단어를 외우고 반석출판사 홈페이지(http://bansok.co.kr)에서 제공하는 음원을 들으면서 정확한 발음을 익히면 좋다.

앞에서 얘기했듯이 언어 학습은 반복에 반복을 거듭하여 자신의 것으로 만드는 것이다. 그래서 많은 인내심을 필요로 한다. 베트남어를 공부하고자 하는 많은 독자들이 이 책과 함께 지치지 않고 재미있게 자신만의 방식을 찾아서 학습해나가기를 진심으로 바란다.

FL4U컨텐츠

목차

들어가기: 기본 회화 표현 * 10

Part 1 일상생활 단어

Chapter 01. 개인소개 * 22
Unit 01 성별, 노소 * 22
Unit 02 가족 * 23
Unit 03 삶(인생) * 28
Unit 04 직업 * 31
Unit 05 별자리 * 35
Unit 06 혈액형 * 36
Unit 07 탄생석 * 37
Unit 08 성격 * 38
Unit 09 종교 * 42

Chapter 02. 신체 * 44
Unit 01 신체명 * 44
Unit 02 병명 * 49
Unit 03 약명 * 53
Unit 04 생리현상 * 57

Chapter 03. 감정, 행동 표현 * 58
Unit 01 감정 * 58
Unit 02 칭찬 * 61
Unit 03 행동 * 62
Unit 04 인사 * 67
Unit 05 축하 * 69

Chapter 04. 교육 * 70
Unit 01 학교 * 70
Unit 02 학교 시설 * 72
Unit 03 교과목 및 관련 단어 * 74
Unit 04 학용품 * 79

Unit 05 부호 * 82
Unit 06 도형 * 84
Unit 07 숫자 * 86
Unit 08 학과 * 88

Chapter 05. 계절/월/요일 * 90
Unit 01 계절 * 90
Unit 02 요일 * 91
Unit 03 월 * 92
Unit 04 일 * 93
Unit 05 시간 * 96

Chapter 06. 자연과 우주 * 100
Unit 01 날씨 표현 * 100
Unit 02 날씨 관련 * 102
Unit 03 우주 환경과 오염 * 105
Unit 04 동식물 * 108

Chapter 07. 주거 관련 * 120
Unit 01 집의 종류 * 120
Unit 02 집의 부속물 * 122
Unit 03 거실용품 * 124
Unit 04 침실용품 * 126
Unit 05 주방 * 128
Unit 06 주방용품 * 130
Unit 07 욕실용품 * 133

Chapter 08. 음식 * 136
Unit 01 과일 * 136
Unit 02 채소, 뿌리식물 * 139
Unit 03 수산물, 해조류 * 142
Unit 04 육류 * 145
Unit 05 음료수 * 146
Unit 06 기타 식품 및 요리재료 * 148

Unit 07 대표요리 ✻ 150
Unit 08 요리방식 ✻ 154
Unit 09 패스트푸드점 ✻ 156
Unit 10 주류 ✻ 157
Unit 11 맛 표현 ✻ 160

Chapter 09. 쇼핑 ✻ 164
Unit 01 쇼핑 물건 ✻ 164
Unit 02 색상 ✻ 173
Unit 03 구매 표현 ✻ 175

Chapter 10. 도시 ✻ 178
Unit 01 자연물 또는 인공물 ✻ 178
Unit 02 도시 건축물 ✻ 181

Chapter 11. 스포츠, 여가 ✻ 184
Unit 01 운동 ✻ 184
Unit 02 오락, 취미 ✻ 190
Unit 03 악기 ✻ 193
Unit 04 여가 ✻ 195
Unit 05 영화 ✻ 196

Part 2 여행 단어

Chapter 01. 공항에서 ✻ 200
Unit 01 공항 ✻ 200
Unit 02 기내 탑승 ✻ 204
Unit 03 기내 서비스 ✻ 207

Chapter 02. 입국심사 ✻ 210
Unit 01 입국 목적 ✻ 210
Unit 02 거주지 ✻ 212

Chapter 03. 숙소 ✻ 214
Unit 01 예약 ✻ 214
Unit 02 호텔 ✻ 216
Unit 03 숙소 종류 ✻ 218
Unit 04 룸서비스 ✻ 220

Chapter 04. 교통 ✻ 222
Unit 01 탈것 ✻ 222
Unit 02 자동차 명칭 / 자전거 명칭 ✻ 225
Unit 03 교통 표지판 ✻ 228
Unit 04 방향 ✻ 230
Unit 05 거리 풍경 ✻ 232

Chapter 05. 관광 ✻ 234
Unit 01 베트남 대표 관광지 ✻ 234
Unit 02 볼거리(예술 및 공연) ✻ 238
Unit 03 나라 이름 ✻ 240
Unit 04 베트남 도시 ✻ 248

Part 3 비즈니스 단어

Chapter 01. 경제 ✻ 252

Chapter 02. 회사 ✻ 256
Unit 01 직급, 지위 ✻ 256
Unit 02 부서 ✻ 258
Unit 03 근무시설 및 사무용품 ✻ 260
Unit 04 근로 ✻ 263

Chapter 03. 증권, 보험 ✻ 266

Chapter 04. 무역 ✻ 270

Chapter 05. 은행 ✻ 274

컴팩트 단어장

Part 01. 일상생활 단어 ✻ 278
Part 02. 여행 단어 ✻ 311
Part 03. 비즈니스 단어 ✻ 319

이 책의 특징

모든 언어 공부의 기본은 단어입니다. 말을 하고 글을 읽을 수 있으려면 단어를 알아야 하지요. 이 책은 일상생활, 여행, 비즈니스 등 주제별로 단어가 분류되어 있어 자신이 필요한 부분의 단어를 쉽게 찾아 공부할 수 있습니다.

또한 단순히 단어를 나열하기만 한 것이 아니라, 단어 옆에 이미지들을 함께 배치해 단어 공부를 더 효과적이고 즐겁게 할 수 있도록 구성하였고, 단어를 활용해 실생활에서 사용할 수 있는 대화 표현들도 함께 수록하였습니다.

초보자도 쉽게 따라 읽으며 학습할 수 있도록 베트남어 발음을 원음에 가깝게 한글로 표기하였고, 원어민의 정확한 발음이 실린 mp3 파일을 반석출판사 홈페이지(www.bansok.co.kr)에서 무료로 제공합니다. 이 음원은 한국어 뜻도 함께 녹음되어 있어 음원을 들으며 단어 공부하기에 아주 좋습니다.

들어가기: 기본 회화 표현
단어를 공부하기 전에 실생활에서 자주 사용되는 짧은 문장들을 짚고 넘어갑니다.

Part 1 일상생활 단어
성별, 가족관계, 직업 등 개인의 신상에 대한 표현부터 의식주, 여가 활동 등에 대한 표현까지 우리가 일상생활에서 흔히 쓰는 단어들을 정리하였습니다.

Part 2 여행 단어
여행의 순서에 따라 단계별로 단어를 정리하였으며 베트남의 대표적인 관광지도 함께 실었습니다.

Part 3 비즈니스 단어
경제, 증권 등 비즈니스 분야의 전문 용어들을 수록하였습니다.

컴팩트 단어장
본문의 단어들을 우리말 뜻, 베트남어, 한글 발음만 표기하여 한 번 더 실었습니다. 그림과 함께 익힌 단어들을 46쪽 분량의 컴팩트 단어장으로 복습해 보세요.

이 책의 활용 방법

1. 주제별로 단어를 분류하였으며 베트남어 단어를 이미지와 함께 효과적이고 재미있게 공부할 수 있도록 꾸몄습니다.

2. 단어의 발음을 원음에 가깝게 한글로 병기하여 초보자들도 좀 더 가볍게 접근할 수 있도록 구성하였습니다.

3. 한국어 뜻과 베트남어 단어가 모두 녹음된 mp3 파일이 제공됩니다. mp3 파일에는 본문 단어와 관련 단어가 녹음되어 있습니다.

관련 대화
주제와 단어에 관련된 대화를 수록하여 실생활에 활용할 수 있게 하였습니다.

일반 단어
주제에 맞는 주요 단어들을 이미지와 함께 공부할 수 있습니다.

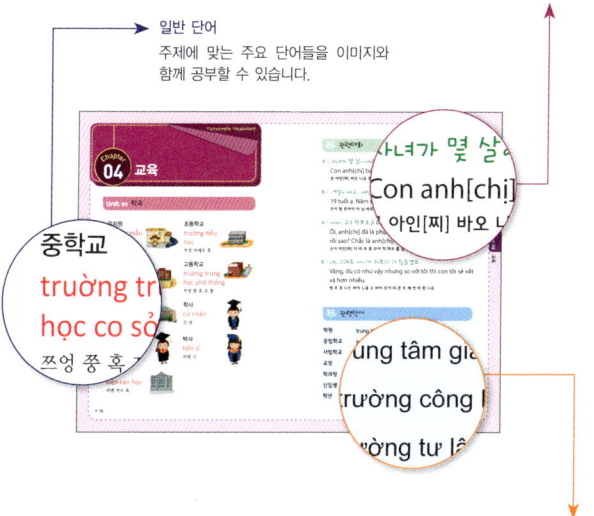

관련 단어
위에서 다루지 못한 단어들을 정리하여 추가로 수록하였습니다.

들어가기 01 일상적인 만남의 인사

안녕!	**Chào bạn!** 짜오 반
잘 있었니?	**Bạn có khỏe không?** 반 꼬 코애 콤
무슨 일이야?	**Có chuyện gì thế?** 꼬 쭈옌 지 테
날씨 참 좋지, 그렇지?	**Thời tiết đẹp nhỉ?** 터이 띠엣 뎁 니
세상 참 좁구나!	**Thế giới này nhỏ quá!** 테 져이 나이 뇨 꾸아
너를 많이 보고 싶었어.	**Mình nhớ bạn lắm.** 밍 녀 반 람
어떻게 지내니?	**Dạo này bạn thế nào?** 쟈오 나이 반 테 나오
뭐 별일 없니?	**Bạn có chuyện gì không?** 반 꼬 쭈옌 지 콤
오늘은 어때?	**Hôm nay thế nào?** 홈 나이 테 나오
오랜만이야!	**Lâu lắm rồi mới gặp nhỉ!** 러우 람 조이 머이 갑 니

기본 회화 표현

무슨 일이야?	**Bạn đến đây có việc gì thế?** 반 뎬 데이 꼬 비엑 지 테
어떻게 지내세요?	**Dạo này anh[chị] thế nào ạ?** 쟈오 나오 아인[찌] 테 나오 아
어떻게 지냈어?	**Dạo này bạn đang làm gì?** 쟈오 나이 반 당 람 지
모든 일이 잘 돼가?	**Công việc có tốt không?** 꽁 비엑 꼬 똣 콤
넌 똑같구나.	**Bạn cũng thế.** 반 꿍 테
세월 참 빠르군요.	**Thời gian trôi nhanh quá.** 터이 쟌 쪼이 냐인 꾸아
네가 많이 보고 싶었어.	**Mình đã rất nhớ bạn.** 밍 다 젓 녀 반
부모님들은 잘 지내시지?	**Bố mẹ của bạn có khỏe không?** 보 메 꾸어 반 꼬 코애 콤
항상 그렇지 뭐.	**Lúc nào tôi cũng như thế.** 룩 나오 또이 꿍 느 테
그냥 그래.	**Tôi bình thường.** 또이 빈 트엉

02 소개할 때의 인사

만나서 반가워요.
Tôi rất vui được gặp anh[chị].
또이 젓 부이 드억 갑 아인[찌]

제가 오히려 반가워요.
Tôi cảm thấy vui hơn.
또이 깜 터이 부이 헌

이름이 뭐예요?
Anh[Chị] tên là gì?
아인[찌] 뗀 라 지

저는 보라라고 해요.
Tôi là Bo-ra.
또이 라 보라

제 소개를 할게요.
Tôi xin tự giới thiệu về mình.
또이 씬 뜨 져이 티에우 베 밍

성은 뭐예요?
Họ của anh[chị] là gì?
호 꾸어 아인[찌] 라 지

제 성은 김 씨예요.
Họ của tôi là Kim.
호 꾸어 또이 라 낌

어느 나라 사람이세요?
Anh[Chị] là người nước nào?
아인[찌] 라 응어이 느억 나오

전 베트남 사람이에요.
Tôi là người Việt Nam.
또이 라 응어이 비엣 남

제 소개를 해도 될까요?
Tôi xin tự giới thiệu được không ạ?
또이 씬 뜨 져이 티에우 드억 콤 아

기본 회화 표현

전공은 뭐예요?	**Chuyên ngành của anh[chị] là gì?** 쭈옌 응아잉 꾸어 아인[찌] 라 지
영국 문학을 전공하고 있어요.	**Tôi đang học về văn học Anh.** 또이 당 혹 베 반 혹 아인
당신을 보게 돼서 기뻐요.	**Tôi rất mừng được gặp anh[chị].** 또이 젓 믕 드억 갑 아인[찌]
여기 명함이 있어요.	**Gửi anh[chị] danh thiếp của tôi.** 그이 아인[찌] 자잉 티엡 꾸어 또이
장 씨를 소개해드릴게요.	**Tôi xin giới thiệu đây là Giang.** 또이 씬 져이 티에우 데이 라 장
안녕하세요, 전 밍이예요.	**Chào anh[chị], Tôi là Minh.** 짜오 아인[찌], 또이 라 밍
이분은 제 동료인 뚜언 씨예요.	**Đây là anh Tuấn, đồng nghiệp của tôi.** 데이 라 아인 뚜언, 동 응이엡 꾸어 또이
이분은 우리 사장님입니다.	**Đây là giám đốc của chúng tôi.** 데이 라 잠 독 꾸어 쭝 또이
직업은 뭐예요?	**Anh[Chị] làm nghề gì?** 아인[찌] 람 응예 지
전 Apollo 학원에서 선생님으로 일하고 있어요.	**Tôi là giáo viên ở trung tâm Apollo.** 또이 라 자오 비엔 어 쭝 떰 아뽈로

03 헤어질 때의 인사

잘 자!	**Chúc bạn ngủ ngon!** 쭉 반 응우 응온
푹 쉬어!	**Nghỉ ngơi thoải mái nhé!** 응이 응어이 토와이 마이 녜
좋은 꿈 꿔!	**Chúc bạn có giấc mơ đẹp!** 쭉 반 꼬 적 머 뎁
나중에 봐.	**Hẹn gặp lại .** 핸 갑 라이
담에 또 봐!	**Lần sau gặp lại nhé!** 런 사우 갑 라이 녜
잘 가.	**Tạm biệt.** 땀 비엣
몸조심 해!	**Giữ gìn sức khỏe nhé!** 즈 진 쓱 코애 녜
조만간 연락할게!	**Mình sớm liên lạc nhé!** 밍 썸 리엔 락 녜
나 이제 갈게.	**Bây giờ mình đi đây.** 버이 져 밍 디 데이
그럼, 난 가는 게 좋겠어.	**Vậy thì, mình nên đi thì tốt hơn.** 버이 티, 밍 넨 디 티 똣 헌

기본 회화 표현

내일 보자!	**Ngày mai gặp nhé!** 응아이 마이 갑 녜
이제 작별할 시간이야.	**Bây giờ là lúc chia tay.** 버이 져 라 룩 찌어 따이
오늘 저녁 정말 즐거웠어.	**Buổi tối nay rất vui.** 부오이 또이 나이 젓 부이
방문해줘서 고마워.	**Cảm ơn bạn đã đến thăm tôi.** 깜 언 반 다 덴 탐 또이
우리 집에 와줘서 고마워.	**Cảm ơn bạn đã đến nhà mình.** 깜 언 반 다 덴 냐 밍
벌써 가는 거야?	**Bạn về sớm thế à?** 반 베 썸 테 아
우리 집에 언제든 와.	**Lúc nào đến nhà mình cũng được.** 룩 나오 덴 냐 밍 꿍 드억
내가 바래다줄게!	**Mình tiễn bạn nhé!** 밍 띠엔 반 녜
(~에게) 내 안부 전해줘!	**Gửi lời chào đến ~ nhé!** 그이 러이 짜오 덴 ~ 녜
좋은 여행이 되길 바라!	**Chúc bạn có chuyến đi du lịch thu vị!** 쭉 반 꼬 쭈옌 디 쥬 릭 투 비

04 고마움을 나타낼 때

감사합니다.	**Cảm ơn.** 깜 언
대단히 감사합니다.	**Cảm ơn nhiều.** 깜 언 니에우
아주 많이 감사합니다.	**Chân thành cảm ơn.** 쩐 타잉 깜 언
정말 감사드립니다.	**Tôi thành thật cảm ơn anh [chị] ạ.** 또이 타잉 텃 깜 언 아인[찌] 아
도와주셔서 감사합니다.	**Tôi cảm ơn anh[chị] đã giúp tôi.** 또이 깜 언 아인[찌] 다 줍 또이
저에겐 큰 도움이 되었어요.	**Anh[Chị] thật sự đã giúp đỡ tôi rất nhiều.** 아인[찌] 텃 스 다 줍 더 또이 젓 니에우
초대해주셔서 감사합니다.	**Tôi cảm ơn anh[chị] đã mời tôi ạ.** 또이 깜 언 아인[찌] 다 머이 또이 아
친절을 베풀어주셔서 감사합니다.	**Tôi rất cám ơn lòng tốt của anh[chị].** 또이 젓 깜 언 롱 똣 꾸어 아인[찌]
이건 너를 위한 선물이야.	**Đây là quà tặng cho bạn.** 데이 라 꾸아 땅 쪼 반
당신은 정말 세심하시군요!	**Anh[chị] thật là người chu đáo!** 아인[찌] 텃 라 응어이 쭈 다오

기본 회화 표현

당신에게 빚을 졌어요.	**Tôi nợ tấm chân tình của anh[chị].** 또이 너 떰 쩐 띵 꾸어 아인[찌]
오히려 내가 고마워.	**Mình cảm ơn bạn nhiều hơn.** 밍 깜 언 반 니에우 헌
제가 더 기뻐요.	**Tôi vui hơn anh[chị].** 또이 부이 헌 아인[찌]
천만에요.	**Không sao.** 콤 싸오
대단한 것도 아니에요.	**Không có gì to tát mà.** 콤 꼬 지 또 땃 마
아무것도 아니에요.	**Không có gì.** 콤 꼬 지
저한테 감사할 것까지는 없어요.	**Không cần cảm ơn tôi như thế đâu.** 콤 껀 깜 언 또이 느 테 더우
이젠 괜찮습니다. 고마워요.	**Bây giờ không sao. Cảm ơn.** 버이 져 콤 싸오 깜 언
너에게 주려고 선물을 사왔어.	**Mình mua quà tặng cho bạn.** 밍 무어 꾸아 땅 쪼 반
당신에게 신세를 많이 졌어요.	**Tôi mắc món nợ ân tình lớn với anh[chị].** 또이 막 몬 너 언 띵 런 버이 아인[찌]

05 사죄·사과를 할 때

실례합니다.	**Xin lỗi.** 씬 로이
미안합니다.	**Xin lỗi.** 씬 로이
죄송합니다.	**Rất xin lỗi ạ.** 젓 씬 로이 아
정말 죄송합니다.	**Thành thật xin lỗi.** 타잉 텃 씬 로이
너에게 사과할게.	**Tôi xin lỗi bạn.** 또이 씬 로이 반
당신에게 사과드립니다.	**Tôi xin lỗi anh[chị] ạ.** 또이 씬 로이 아잉[찌] 아
용서해줘.	**Tha lỗi cho tôi ạ.** 타 로이 쪼 또이 아
어제 일에 대해 미안합니다.	**Tôi xin lỗi vì việc hôm qua.** 또이 씬 로이 비 비엑 홈 꾸아
귀찮게 해서 미안합니다.	**Tôi xin lỗi đã làm phiền.** 또이 씬 로이 다 람 피엔
늦어서 미안합니다.	**Tôi cảm thấy có lỗi vì đến muộn.** 또이 깜 터이 꼬 로이 비 덴 무온

기본 회화 표현

유감입니다.	**Tôi lấy làm tiếc.** 또이 러이 람 띠엑
지연에 대해 죄송합니다.	**Tôi xin lỗi vì kéo dài thời gian.** 또이 씬 로이 비 께오 쟈이 터이 쟌
제 잘못이었습니다.	**Xin lỗi, đó là lỗi của tôi.** 씬 로이, 도 라 로이 꾸어 또이
제가 잘못 알았어요.	**Xin lỗi, tôi biết nhầm.** 씬 로이, 또이 비엣 념
제 잘못이었어요.	**Đó là lỗi của tôi.** 도 라 로이 꾸어 또이
전 잘못이 없어요.	**Tôi không có gì sai.** 또이 콤 꼬 지 싸이
용서해 주세요.	**Tha lỗi cho tôi** 타 로이 쪼 또이
이번 한 번만 용서해주세요.	**Bỏ qua cho tôi một lần này.** 보 꾸아 쪼 또이 못 런 나이
한 번만 기회를 더 주세요.	**Hãy cho tôi một cơ hội nữa.** 하이 쪼 또이 못 꺼 호이 느어
괜찮아요.	**Không sao.** 콤 싸오

Part 1
일상생활 단어

Chapter 01. 개인소개
Chapter 02. 신체
Chapter 03. 감정, 행동 표현
Chapter 04. 교육
Chapter 05. 계절/월/요일
Chapter 06. 자연과 우주
Chapter 07. 주거 관련
Chapter 08. 음식
Chapter 09. 쇼핑
Chapter 10. 도시
Chapter 11. 스포츠, 여가

Chapter 01 개인소개

Unit 01 성별, 노소

여자
phụ nữ
푸 느

남자
nam
남

노인
lão nhân
라오 년

중년
trung niên
쭝 니엔

소년
chàng trai
짱 짜이

소녀
thiếu nữ
티에우 느

청소년
thanh thiếu niên
타잉 티에우 니엔

임산부
phụ nữ mang thai
푸 느 망 타이

어린이
thiếu nhi
티에우 니

미취학 아동
trẻ em chưa đi học
쩨 엠 쯔어 디 혹

아기
em bé
엠 베

Unit 02 가족

친가(nhà nội) 냐 노이

친할아버지
ông nội
옹 노이

친할머니
bà nội
바 노이

고모
cô
꼬

고모부
dượng
즈엉

큰아버지
bác
박

큰어머니
bác gái
박 가이

작은아버지(삼촌)
chú
쭈

숙모
thím
팀

아버지(아빠)
cha(bố)
짜(보)

어머니(엄마)
mẹ
메

사촌형/사촌오빠
anh họ
아잉 호

사촌누나/사촌언니
chị họ
찌 호

사촌남동생
em trai họ
엠 짜이 호

사촌여동생
em gái họ
엠 가이 호

외가(nhà ngoại) 냐 응와이

외할아버지
ông ngoại
옹 응와이

외할머니
bà ngoại
바 응와이

외삼촌
cậu
꺼우

외숙모
mợ
머

이모
dì
지

이모부
dượng
즈엉

어머니(엄마)
mẹ
메

아버지(아빠)
cha(bố)
짜(보)

사촌형/사촌오빠
anh họ
아잉 호

사촌누나/사촌언니
chị họ
찌 호

사촌남동생
em trai họ
엠 짜이 호

사촌여동생
em gái họ
엠 가이 호

가족

아버지(아빠)
cha(bố)
짜(보)

어머니(엄마)
mẹ
메

언니/누나
chị
찌

형부/매형/매부
anh rể
아잉 제

오빠/형
anh
아잉

새언니/형수
chị dâu
찌 저우

남동생
em trai
엠 짜이

제수/올케
em dâu
엠 저우

여동생
em gái
엠 가이

제부/매제
em rể
엠 제

나(부인)
tôi(vợ)
또이(버)

남편
chồng
쫑

여자조카
cháu gái
짜우 가이

남자조카
cháu trai
짜우 짜이

아들 con trai 꼰 짜이		며느리 dâu 저우	
딸 con gái 꼰 가이		사위 con rể 꼰 제	
손자 cháu trai 짜우 짜이		손녀 cháu gái 짜우 가이	

관련 대화

A : 가족이 몇 명이에요?
Gia đình anh[chị] có bao nhiêu người?
쟈 딘 아인[찌] 꼬 바이 니에우 응어이

B : 저의 가족은 다섯 명이에요.
Gia đình tôi có năm người.
쟈 딘 또이 꼬 남 응어이

A : 가족이 많군요. 형제자매는 많으면 많을수록 좋은 거 같아요.
Gia đình bạn đông thật đấy. Tôi nghĩ gia đình càng có nhiều con thì càng hạnh phúc.
쟈 딘 반 동 텃 더이 또이 응이 쟈딘 깡 꼬 니에우 꼰 티 깡 하잉 푹

B : 네 맞아요. 저도 그렇게 생각해요.
Dạ đúng rồi. Tôi cũng nghĩ vậy.
자 둥 로이 또이 꿍 응이 버이

관련 단어

외동딸	con gái một	꼰 가이 못
외동아들	con trai một	꼰 짜이 못
결혼하다	kết hôn	껫 혼
이혼하다	ly hôn	리 혼
신부	cô dâu	꼬 저우
신랑	chú rể	쭈 레
면사포	khăn voan cưới	칸 보언 끄어이
약혼	ước hôn	윽 혼
독신주의자	người theo chủ nghĩa độc thân	응어이 테오 주 응이아 독 턴
과부	goá phụ	과 푸
기념일	ngày kỷ niệm	응아이 끼 니엠
친척	họ hàng	호 항

Unit 03 삶(인생)

태어나다
sinh ra
신 자

백일
tiệc trăm ngày
띠엑 짬 응아이

돌잔치
tiệc thôi nôi
띠엑 토이 노이

유년시절
khi nhỏ
키 뇨

학창시절
khi học sinh
키 혹 신

첫눈에 반하다
yêu từ cái nhìn đầu tiên
이우 뜨 까이 닌 더우 띠엔

삼각관계
tình tay ba
띤 따이 바

이상형
mẫu người lý tưởng
머우 응어이 리 뜨엉

사귀다
hẹn hò
헨 호

연인
người yêu
응어이 이에우

여자친구
bạn gái
반 가이

남자친구
bạn trai
반 짜이

이별
chia tay
찌아 따이

재회
gặp lại
갑 라이

청혼
cầu hôn
꺼우 혼

약혼하다
ước hôn
윽 혼

결혼하다
kết hôn
껫 혼

신혼여행
du lịch tuần trăng mật
쥬 릭 뚜언 짱 멋

임신
mang thai
망 타이

출산
sinh nở
신 너

득남하다
sinh con trai
신 꼰 짜이

득녀하다
sinh con gái
신 꼰 가이

육아
nuôi dạy trẻ
누오이 저이 쩨

학부모
phụ huynh học sinh
푸 후잉 혹 신

유언
di chúc
지 쭉

사망
cái chết
까이 쩻

장례식
lễ tang
레 땅

천국에 가다
lên thiên đường
렌 티엔 드엉

관련 대화

A : 쩐 씨는 살면서 언제가 제일 행복했나요?
Khi nào thì anh[chị] cảm thấy hạnh phúc nhất trong cuộc sống của mình vậy anh[chị] trần?
키 나오 티 아인[찌] 깜 터이 하잉 푹 녓 쫑 꾸옥 송 꾸어 민 버이 아인[찌] 쩐

B : 어렸을 때 바닷가 근처에 살았는데 그때가 가장 행복했어요.
Tôi thấy hạnh phúc nhất là khi tôi sống cạnh biển lúc tôi còn nhỏ.
또이 터이 하잉 푹 녓 라 키 또이 송 깐 비엔 룩 또이 꼰 뇨

관련 단어

어린 시절	khi nhỏ	키 뇨
미망인	góa phụ	과 푸
홀아비	góa vợ	과 버
젊은	trẻ	쩨
늙은	già	쟈

Unit 04 직업

간호사
y tá
이 타

약사
dược sĩ(ỹ)
즉 시

의사
bác sĩ(ỹ)
박 씨

가이드
hướng dẫn viên
흐엉 전 비엔

선생님/교사
(남) thầy giáo /
(여) cô giáo
터이 쟈오 / 꼬 쟈오

교수
giáo sư
쟈오 스

가수
ca sĩ(ỹ)
까 시

음악가
nhạc sĩ(ỹ)
냑 시

화가
họa sĩ(ỹ)
화 시

소방관
lính cứu hỏa
린 끄우 화

경찰관
cảnh sát
깐 삿

공무원
viên chức nhà nước
비엔 쯕 냐 느억

요리사
đầu bếp
더우 벱

디자이너
người thiết kế
응어이 티엣 께

승무원 tiếp viên hàng không 띕 비엔 항 콩 	판사 quan tòa 꽌 또아 
검사 ủy viên công tố 우이 비엔 꽁 또 	변호사 luật sư 루엇 스 
사업가 nhà doanh nghiệp 냐 죠안 니엡 	회사원 nhân viên công ty 년 비엔 꽁 띠 

학생 học sinh 혹 신 	운전기사 tài xế 따이 세 	농부 nông dân 농 년 
가정주부 nội trợ 노이 쩌	작가 nhà văn 냐 반 	정치가 chính trị gia 찐 찌 쟈 

세일즈맨 người bán hàng 응어이 반 항 	미용사 chuyên viên sắc đẹp 쭈엔 비엔 싹 뎁 
군인 quân nhân 꾸언 년 	은행원 nhân viên ngân hàng 년 비엔 응언 항 

엔지니어
kỹ sư
끼 스

통역원
thông dịch viên
통 직 비엔

비서
thư ký
트 끼

회계사
nhân viên kế toán
년 비엔 께 또안

이발사
thợ cắt tóc
터 깟 똑

배관공
thợ sửa ống nước
터 스어 옹 늑

수의사
bác sĩ thú y
박 씨 투 이

건축가
kiến trúc sư
끼엔 쭉 스

편집자
biên tập viên
비엔 떱 비엔

성직자
giáo sĩ
쟈오 시

심리상담사
nhà tham vấn tâm lý
냐 탐 번 떰 리

형사
cảnh sát hình sự
깐 샷 힌 스

방송국 PD
đạo diễn chương trình
다오 지엔 쯩 찐

카메라맨
người quay phim
응어이 꽈이 핌

예술가
nghệ sĩ
녜 시

영화감독
đạo diễn phim
다오 지엔 핌

영화배우
diễn viên điện ảnh
지엔 비엔 디엔 아잉

운동선수
vận động viên
반 동 비엔

목수
thợ mộc
터 목

프리랜서
người làm việc tự do
응어이 람 비엔 뜨 죠

관련 대화

A : 당신의 직업은 무엇입니까?
Anh[Chị] làm nghề gì?
아인[찌] 람 녜 지

B : 저는 작가입니다.
Tôi là nhà văn.
또이 라 냐 반

A : 어느 분야의 글을 쓰세요?
Anh[Chị] viết về loại gì?
아인[찌] 비엣 베 로아이 지

B : 어린이 동화책을 쓰고 있어요.
Tôi viết sách thiếu nhi.
또이 비엣 싸익 티에우 니

Unit 05 별자리

양자리
Bạch Dương
박 즈엉

황소자리
Kim Ngưu
킴 으우
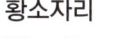

쌍둥이자리
Song Tử
송 뜨

게자리
Cự Giải
끄 쟈이

사자자리
Sư Tử
스 뜨

처녀자리
Xử Nữ
쓰 느

천칭자리
Thiên Bình
띠엔 빈

전갈자리
Hổ Cáp
호 깝

사수자리
Nhân Mã
년 마

염소자리
Ma Kết
마 껫

물병자리
Bảo Bình
바오 빈

물고기자리
Song Ngư
송 응으

관련 대화

A : 별자리가 어떻게 되세요?
Bạn thuộc chòm sao nào?
반 투옥 쫌 싸오 나오

B : 제 별자리는 처녀자리입니다.
Chòm sao của tôi là Xử Nữ.
쫌 사오 꾸어 또이 라 쓰 느

Unit 06 혈액형

A형
nhóm máu A
놈 마우 아

B형
nhóm máu B
놈 마우 베

O형
nhóm máu O
놈 마우 오

AB형
nhóm máu AB
놈 마우 아베

관련 대화

A : 혈액형이 뭐예요?

Nhóm máu của anh[chị] là gì?
놈 마우 꾸어 아인[찌] 라 지

B : 저는 O형입니다.

Nhóm máu của toi là nhóm O.
놈 마우 꾸어 또이 라 놈 오

관련 단어

피	máu	마우
헌혈	hiến máu	히엔 마우
혈소판	tiểu cầu	띠에우 꺼우
혈관	mạch máu	막 마우
적혈구	hồng cầu	홍 꺼우

Unit 07 탄생석

가넷
ngọc hồng lựu
응옥 홍 르우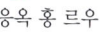

자수정
thạch anh tím
탁 아잉 띰

아쿠아마린
ngọc biển xanh
응옥 비엔 싼

다이아몬드
kim cương
킴 끄엉

에메랄드
ngọc lục bảo
응옥 룩 바오

진주
ngọc trai
응옥 짜이

루비
hồng ngọc
홍 응옥

페리도트
ngọc Peridot
응옥 페리도트

사파이어
đá Sapphire
다 사파이어

오팔
ngọc mắt mèo
응옥 맛 메오

토파즈
hoàng ngọc
황 응옥

터키석
ngọc lam
응옥 람

관련 대화

A: 탄생석이 뭐예요?

Đá sinh nhật của anh[chị] là gì?
다 신 녓 꾸어 아인[찌] 라 지

B: 제 탄생석은 사파이어입니다.

Đá sinh nhật của tôi là Sapphire.
다 신 녓 꾸어 또이 라 사파이어

Unit 08 성격

명랑한
hoạt bát
호앗 밧

상냥한
mềm mỏng
멤 멍

친절한
thân thiện
턴 티엔

당당한
đường đường
드엉 드엉

야무진
khéo tay
케오 따이

고상한
cao quý
까오 뀌

대범한
hào phóng
하오 퐁

눈치가 빠른
nhanh mắt
냔 맛

솔직한
thật thà
텃 타

적극적인
tích cực
띡 끅

사교적인
mang tính giao thiệp
망 띤 쟈오 띠엡

꼼꼼한
cẩn thận
껀 턴

덜렁거리는
cẩu thả
꺼우 타

겁이 많은
nhát gan
냣 간

보수적인
bảo thủ
바오 투

개방적인
cởi mở
꺼이 머

뻔뻔한
trơ trẽn
쩌 쩬

심술궂은
ngang bướng
응앙 브엉

긍정적인
khẳng định
캉 딘

부정적인
phủ định
푸 딘

다혈질인
nóng nảy
농 나이

냉정한
lạnh lùng
란 룽

허풍 떠는
khoác lác
코악 락

소심한
tiểu tâm
띠에우 떰

소극적인
tiêu cực
띠에우 끅

너그러운
rộng rãi
종 자이

겸손한
khiêm tốn
끼엠 똔

진실된
chân thành
쩐 타잉

동정심이 많은
từ bi
뜨 비

인정이 많은
nhân hậu
년 허우

버릇없는
bất lịch sự
벗 릭 스

잔인한
tàn nhẫn
딴 년

거만한
ngạo mạn
응아오 만

유치한
trẻ con
쩨 꼰

내성적인
hướng nội
흐엉 노이

외향적인
hướng ngoại
흐엉 응오아이

관련 대화

A: 성격이 어떠세요?

Tính cách của anh[chị] thế nào?
띤 까익 꾸어 아인[찌] 테 나오

B: 저는 명랑해요.

Tính cánh của tôi rất thoải mái.
띤 까익 꾸어 또이 럿 토아이 마이

관련 단어

성향	khuynh hướng	쿠인 흐엉
기질	tố chất	또 쩟
울화통	cơn giận	껀 졘
성격	tính cách	띤 까익
인격	nhân cách	년 까익
태도	thái độ	타이 도
관계	quan hệ	꽌 해
말투	cách nói	까익 노이
표준어	tiếng chuẩn	띠엥 쭈언
사투리	tiếng địa phương	띠엥 디아 프엉

가는 떡이 커야 오는 떡이 크다.
Bánh ít đi, bánh quy lại.
바잉 잇 디 바잉 뀌 라이

Unit 09 종교

천주교
Thiên chúa giáo
티엔 쭈어 쟈오

기독교
Công giáo
꽁 쟈오

불교
Phật giáo
팟 쟈오

이슬람교
Hồi giáo
호이 쟈오

유대교
Do thái giáo
조 타이 쟈오

무교
Không tôn giáo
콩 똔 쟈오

관련 대화

A : 종교가 어떻게 되세요?
Tôn giáo của anh[chị] là gì?
똔 쟈오 꾸어 아인[찌] 라 지

B : 저는 천주교 신자예요.
Tôi là tín đồ Thiên chúa giáo.
또이 라 띤 도 티엔 쭈어 쟈오

A : 어머, 저랑 같네요.
Ôi, giống với tôi.
오이 죵 버이 또이

관련 단어

성당	nhà thờ công giáo	냐 터 공 자오
교회	nhà thờ	냐 터
절	chùa	쭈어
성서/성경	thánh kinh	타잉 킨
경전	kinh điển phật giáo	킨 디엔 팟 쟈오
윤회, 환생	luân hồi	루언 호이
전생	kiếp trước	키엡 쯔억
성모마리아	Thánh Mẫu Maria	타잉 마우 마리아
예수	chúa Jêsu	쭈어 제수
불상	tượng Phật	뜨엉 팟
부처	Phật tổ	팟 또
종교	tôn giáo	똔 쟈오
신부	linh mục	린 묵
수녀	nữ tu (sĩ)	느 뚜
승려	nhà sư	냐 스
목사	mục sư	묵 스

Chapter 02 신체

Unit 01 신체명

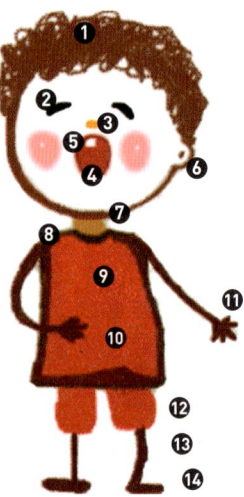

① **머리**
đầu
더우

② **눈**
mắt
맛

③ **코**
mũi
무이

④ **입**
miệng
미엥

⑤ **이**
răng
장

⑥ **귀**
tai
따이

⑦ **목**
cổ
꼬

⑧ **어깨**
vai
바이

⑨ **가슴**
ngực
응

⑩ **배**
bụng
붕

⑪ **손**
bàn tay
반 따이

⑫ **다리**
chân
쩐

⑬ **무릎**
đầu gối
더우 고이

⑭ **발**
bàn chân
반 쩐

① 등
lưng
릉

② 머리카락
tóc
똑

③ 팔
cánh tay
깐 따이

④ 허리
eo
에오

⑤ 엉덩이
mông
몽

⑥ 발목
cổ chân
꼬 쩐

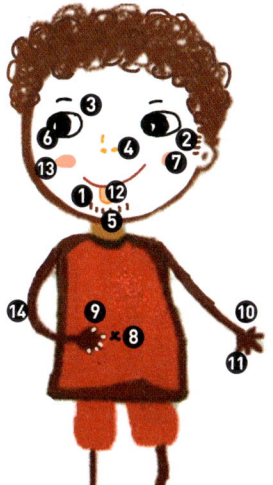

① 턱수염
râu
러우

② 구레나룻
râu quai nón
러우 꽈이 논

③ 눈꺼풀
mí mắt
미 맛

④ 콧구멍
lỗ mũi
로 무이

⑤ 턱
cằm
깜

⑥ 눈동자
con ngươi
꼰 응어이

목구멍
họng
홍

⑦ 볼/뺨
gò má
고 마

⑧ 배꼽
rốn
론

⑨ 손톱
móng tay
몽 따이

⑩ 손목
cổ tay
꼬 따이

⑪ 손바닥
lòng bàn tay
롱 반 따이

⑫ 혀
lưỡi
르어이

⑬ 피부
da
자

⑭ 팔꿈치
gót chân
곳 쩐

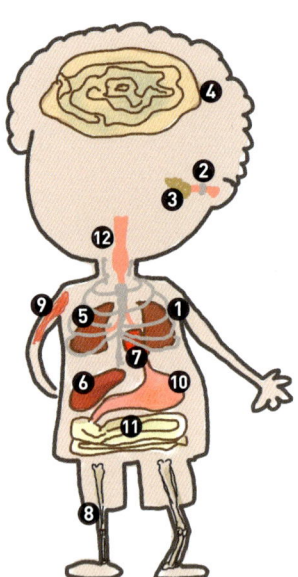

① 갈비뼈
xương sườn
쓰엉 쓰언

② 고막
màng nhĩ
망 니

③ 달팽이관
ốc tai
옥 따이

④ 뇌
não
나오

⑤ 폐
phổi
포이

⑥ 간
gan
간

⑦ 심장
trái tim
짜이 띰

⑧ 다리뼈
xương chân
쓰엉 쩐

⑨ 근육　　⑩ 위　　⑪ 대장　　⑫ 식도
cơ bắp　　dạ dày　　đại tràng　　thực quản
꺼 밥　　자 자이　　다이 짱　　특 꽌

관련 대화

A : 어디 불편하세요?
　　Anh[Chị] khó chịu ở đâu?
　　아인[찌] 코 찌에우 어 더우

B : 머리가 아파요.
　　Tôi đau đầu.
　　또이 다우 더우

A : 아픈 지 얼마나 되셨어요?
　　Đau đã bao lâu?
　　다우 다 바오 러우

B : 한 시간 정도 된 것 같아요.
　　Hình như đã một tiếng.
　　힌 느 다 못 띠엥

관련 단어

건강한	khỏe	코에
근시	cận thị	껀 티
난시	loạn thị	로안 티

대머리	hói đầu	호이 더우
동맥	động mạch	동 마익
정맥	tĩnh mạch	띤 마익
맥박	mạch	마익
체중	cân nặng	껀 낭
세포	tế bào	떼 바오
소화하다	tiêu hóa	띠에우 화
시력	thị lực	티 륵
주름살	nhăn	냔
지문	vân tay	번 따이

호랑이 굴에 들어가야
호랑이 새끼를 잡는다.

Vào hang hổ mới bắt được hổ con.

바오 항 호 머이 밧 득 호 꼰

Unit 02 병명

천식
bệnh hen suyễn
벤 핸 수옌

고혈압
cao huyết áp
까오 후옛 압

소화불량
khó tiêu hóa
코 띠에우 화

당뇨병
bệnh tiểu đường
벤 띠에우 드엉

생리통
đau bụng kinh
다우 붕 낀

알레르기
dị ứng
지 응

심장병
bệnh tim
벤 띰

맹장염
viêm ruột thừa
비엠 루옷 트어

위염
viêm dạ dày
비엠 자 자이

배탈
đau bụng
다우 붕

감기
cảm
깜

설사
tiêu chảy
띠에우 짜이

장티푸스
thương hàn
트엉 한

결핵
bệnh lao
벤 라오

고산병
chứng say độ cao
쯩 사이 도 까오

광견병
bệnh dại
벤 쟈이

뎅기열
sốt xuất huyết Dengue
솟 쑤엇 후엣 뎅기

저체온증
chứng giảm thân nhiệt
쯩 잠 턴 니엣

폐렴
viêm phổi
비엠 포이

식중독
ngộ độc thức ăn
응오 독 특 안

기관지염
viêm phế quản
비엠 페 꽌

열사병
bệnh say nắng
비엠 사이 낭

치통
đau răng
다우 장

간염
viêm gan
비엠 간

고열
sốt cao
솟 까오

골절
gãy
가이

기억상실증
bệnh mất trí nhớ
벤 맛 찌 뇨

뇌졸중
tai biến mạch máu não
따이 벤 마익 마우 나오

독감
cảm nặng
깜 낭

두통
đau đầu
다우 더우

마약중독
nghiện ma tuý
니엔 마 뚜이

불면증
chứng mất ngủ
쯩 맛 응우

비만
béo phì
베오 피

거식증
chán ăn do
thần kinh
짠 안 조 턴 낀

우두
bệnh
đậu mùa
베잉 더우 무어

암
bệnh ung
thư
벤 웅 트

천연두
bệnh đậu
mùa
벤 더우 무어

빈혈
bệnh
thiếu máu
벤 티에우 마우

관련 대화

A : 요즘은 불면증으로 너무 힘들어요.
Dạo này tôi khó chịu vì bệnh mất ngủ.
쟈오 나이 또이 코 찌에우 비 벤 멋 응우

B : 저도 그런데 밤마다 우유를 따뜻하게 데워 먹어보세요.
Tôi cũng vậy. Anh[Chị] uống thử sữa nóng vào mỗi buổi đêm.
또이 꿍 버이 아인[찌] 우옹 트 쓰어 농 바이 모이 부오이 뎀

A : 좋은 정보 고마워요.
Cảm ơn lời khuyên của bạn.
깜언 러이 쿠엔 꾸어 반

관련 단어

한국어	Tiếng Việt	발음
가래	đờm	덤
침	nước bọt	늑 벗
열	nhiệt	니엣
여드름	mụn	문
블랙헤드	mụn đầu đen	문 더우 덴
알레르기 피부	da dị ứng	자 지 응
콧물이 나오다	chảy nước mũi	짜이 늑 무이
눈물	nước mắt	늑 맛
눈곱	gỉ mắt	지 맛
치질	bệnh trĩ	벤 찌
모공	lỗ chân lông	로 쩐 롱
각질	chất sừng	쩟 승
피지	bã nhờn	바 년
코딱지	gỉ mũi	지 무이

Unit 03 약명

아스피린
thuốc át-pi-rin
투옥 앗 피 린

소화제
thuốc tiêu hóa
투옥 띠에우 화

제산제
thuốc kháng acid
투옥 캉 에시드

반창고
băng cá nhân
방 까 년

수면제
thuốc ngủ
투옥 응우

진통제
thuốc giảm đau
투옥 잠 다우

해열제
thuốc hạ sốt
투옥 하 솟

멀미약
thuốc say xe
투옥 사이 쎄

기침약
thuốc ho
투옥 호

지혈제
thuốc cầm máu
투옥 껌 마우

소염제
thuốc chống viêm
투옥 쫑 비엠

소독약
thuốc sát trùng
투옥 삿 쭝

변비약
thuốc trị táo bón
투옥 찌 따오 번

안약
thuốc mắt
투옥 맛

붕대
băng bó
방 보
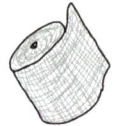

지사제
thuốc tiêu chảy
투옥 띠에우 짜이

감기약
thuốc cảm
투옥 깜

비타민
vi-ta-min
비 따 민

영양제
thuốc dinh dưỡng
투옥 진 즈엉

무좀약
thuốc viêm da
투옥 비엠 자

관련 대화

A : 눈에 뭐가 들어갔어요. 안약 주세요.
Có gì đó trong mắt của tôi. Lấy cho tôi chai thuốc nhỏ mắt.
꼬 지 도 쫑 맛 꾸어 또이 러이 쪼 또이 짜이 투옥 뇨 맛

B : 여기 있습니다.
Đây ạ.
더이 아

관련 단어

건강검진	kiểm tra sức khoẻ	끼엠 짜 슥 코에
내과의사	bác sĩ nội	박 씨 노이
노화	lão hóa	라오 화
면역력	khả năng miễn dịch	카 낭 미엔 직
백신(예방)접종	tiêm phòng	띠엠 퐁
병실	phòng y tế	퐁 이 떼
복용량	liều lượng	리에우 르엉
부상	vết thương	벳 뜨엉
부작용	tác dụng phụ	딱 중 푸
산부인과 의사	bác sĩ khoa sản	박 시 콰 산
낙태	nạo phá thai	나오 파 타이
소아과 의사	bác sĩ nhi khoa	박 시 니 콰
식욕	thèm ăn	템 안
식이요법	phương pháp ăn kiêng	프엉 팝 안 끼엥
수술	mổ xẻ	모 쎄
외과의사	bác sĩ khoa ngoại	박 시 콰 응아이
치과의사	bác sĩ nha khoa	박 시 나 콰
약국	nhà thuốc	나 투옥
약사	dược sĩ	즈억 시
의료보험	bảo hiểm y tế	바오 히엠 이 떼
이식하다	cấy ghép	꺼이 겝
인공호흡	hô hấp nhân tạo	호 헙 년 따오

종합병원	bệnh viện đa khoa	벤 비엔 다 콰
침술	châm cứu	쩜 끄우
중환자실	phòng bệnh nhân nặng	퐁 벤 년 낭
응급실	phòng cấp cứu	퐁 껍 끄우
처방전	đơn thuốc	던 뚜억
토하다	nôn mửa	논 므어
어지러운	chóng mặt	쫑 맛
속이 메스꺼운	buồn nôn	부온 논

나 먹기는 싫고 남 주기는 아깝다.
Ăn thì no cho thì tiếc.
안 티 노 쪼 티 띠엑

Unit 04 생리현상

트림
ợ hơi
어 허이

재채기
hắt xì hơi
핫 씨 호이

한숨
thở dài
터 자이

딸꾹질
nấc cụt
넉 꿋

하품
ngáp
응압

눈물
nước mắt
늑 맛

대변
phân
펀

방귀
đánh rắm
단 잠

소변
nước tiểu
늑 띠에우

관련 대화

A : 에취!! 감기가 들었는지 계속 재채기와 콧물이 나와.

Không biết có phải là bị cảm hay không nhưng tôi liên tục hắt xì và sổ mũi.
콩 비엣 코 파이 라 비 깜 하이 콩 능 또이 리엔 뚝 핫 씨 바 쏘 무이

B : 병원에 당장 가보렴.

Hãy đi bệnh viện.
하이 디 벤 비엔

Chapter 03 감정, 행동 표현

Unit 01 감정

기분 좋은
hay
하이

흥분한
hưng phấn
흥 펀

재미있는
thú vị
투 비

행복한
hạnh phúc
한 푹

즐거운
vui vẻ
부이 베

좋은
tốt
똣

기쁜
sung sướng
숭 스엉

힘이 나는
sức mạnh trào lên
슥 마인 짜오 렌

자랑스러운
tự hào
뜨 하오

짜릿한
kịch tính
킥 띤

감격한
xúc động
쑥 동

부끄러운
mắc cỡ
막 꺼

난처한
khó xử
코 쓰

외로운
cô đơn
꼬 던

관심 없는
không quan tâm đến
콩 관 떰 덴
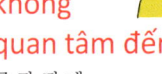

화난
tức giận
뜨 젼

무서운
sợ
서

불안한
hồi hộp
호이 홉

피곤한
mệt mỏi
멧 머이

불쾌한
khó chịu
코 찌우

괴로운
đau khổ
다우 코

지루한
chán
짠

슬픈
buồn
부온

원통한
oán hận
완 헌

비참한
lầm than
럼 탄

짜증 나는
bực mình
븍 민

초조한
nôn nóng
논 농

무기력한
kiệt sức
키엣 슥

불편한
bất tiện
벗 띠엔

놀란
ngạc nhiên
악 니엔

질투하는
ghen
젠

사랑하다
yêu
이우

싫어하다
ghét
겟

행운을 빕니다
chúc may mắn
쭉 마이 만

고마워요
xin cảm ơn
씬 깜 언

관련 대화

A : 저는 지금 즐거워요. 비가 오면 저는 항상 즐겁답니다.

Thích quá. Mỗi lần mưa đến là tôi lại thấy vui.

틱 꽈 모이 런 므어 덴 라 또이 라이 터이 부이

B : 그래요? 저는 비가 오면 짜증나요.

Vậy sao? tôi thì khá khó chịu khi trời mưa.

버이 사오 또이 티 카 코 찌에우 키 쩌이 므어

A : 그래요? 저와는 정반대군요.

Thế sao? Anh[Chị] ngược lại với tôi rồi.

테 싸오 아인[찌] 응억 라이 버이 또이 로이

Unit 02 칭찬

멋져요
hay quá
하이 꽈

훌륭해요
tốt quá
똣 꽈
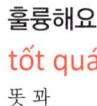

굉장해요
xuất sắc
쑤엇 싹

대단해요
cừ quá
끄 꽈

귀여워요
dễ thương
제 트엉

예뻐요
xinh đẹp
씬 뎁

아름다워요
thực sự rất đẹp
특 스 럿 뎁

최고예요
tuyệt vời
투엣 버이

참 잘했어요
rất giỏi đấy
럿 져이 더이

관련 대화

A : 당신은 정말 귀여워요

Bạn rất là dễ thương.
반 럿 라 예 트엉

B : 고마워요. 당신은 정말 멋져요♪

Cảm ơn. Anh[Chị] rất đẹp trai!
깜언 아인[찌] 럿 뎁 짜이

Unit 03 행동

세수하다
rửa mặt
르어 맛

청소하다
dọn sạch
전 싸익

자다
ngủ
응우

일어나다
thức dậy
특 저이

빨래하다
giặt
쟛

먹다
ăn
안

마시다
uống
우옹

요리하다
nấu ăn
너우 안

설거지하다
rửa chén bát
르어 쩬 밧

양치질하다
đánh răng
단 랑

샤워하다
tắm
땀

옷을 입다
mặc áo
막 아오

옷을 벗다
cởi áo
꺼이 아오

쓰레기를 버리다
vứt rác
붓 락

창문을 열다
mở cửa sổ
러 끄어 소

창문을 닫다
đóng cửa sổ
동 끄어 소

불을 켜다
bật đèn
밧 덴

불을 끄다
tắt đèn
땃 덴

오다
đến
덴

가다
đi
디

앉다
ngồi
응오이

서다
đứng
등

걷다
đi bộ
디 보

달리다
chạy
짜이

놀다
chơi
쩌이

일하다
làm việc
람 비엑

웃다
cười
끄어이

울다
khóc
콕

나오다
đi ra
디 라

들어가다
đi vào
디 바오

묻다
hỏi
허이

대답하다
trả lời
짜 러이

멈추다
dừng lại
증 라이

움직이다
di chuyển
지 쭈옌

올라가다 đi lên đi rên 	내려가다 đi xuống đi xuống 	박수 치다 vỗ tay bô tai
찾다 tìm tim 	흔들다 lắc lư lắc rư 	춤추다 múa mua 
뛰어오르다 nhảy lên nhai rên 	넘어지다 ngã ưng a 	읽다 đọc độc 
싸우다 đánh nhau đan nhu 	말다툼하다 cãi kkai 	

인사 chào hỏi chao hỏi 	대화 nói chuyện nôi chuyên 

쓰다 viết bi ét 	던지다 ném nêm 	잡다 nắm nam 

관련 대화

A : 주말에는 주로 뭐하세요?

Cuối tuần anh[chị] thường làm gì?
꾸오이 뚜언 아인[찌] 트엉 람 지

B : 저는 친구를 위해 저녁을 요리하고 청소를 해요.

Tôi nấu ăn tối và dọn dẹp nhà cho bạn.
또이 너우 안 또이 바 전 젭 냐 쪼 반

관련 단어

격려하다	khuyến khích	쿠엔 킥
존경하다	kính trọng	낀 쫑
지지하다	ủng hộ	응 호
주장하다	chủ trương	쭈 쯔엉
추천하다	giới thiệu	져이 티에우
경쟁하다	cạnh tranh	깐 짠
경고하다	cảnh cáo	깐 까오
설득하다	thuyết phục	투엣 푹
찬성하다	đồng ý	동 의
반대하다	phản đối	펀 도이
재촉하다	thúc giục	툭 죽
관찰하다	quan sát	꽌 삿
상상하다	tưởng tượng	뜨엉 뜨엉

기억하다	nhớ	뇨
후회하다	hối hận	호이 한
약속하다	hẹn	헨
신청하다	yêu cầu	이우 꺼우
비평하다	phê bình	페 빈
속삭이다	thì thầm	티 텀
허풍을 떨다	chém gió	찜 져
의식하는	ý thức	이 특
추상적인	trừu tượng	쯔우 뜨엉

부전자전

Cha nào con nấy

짜 나오 꼰 너이

Unit 04 인사

안녕하세요
xin chào
씬 짜오

아침인사
(안녕하세요)
chào buổi sáng
짜오 부오이 상

점심인사
(안녕하세요)
chào buổi chiều
짜오 부오이 찌에우

저녁인사
(안녕하세요)
chào buổi tối
짜오 부오이 또이

처음 뵙겠습니다
호칭 có khỏe không?
꼬 코에 콩

만나 뵙고 싶었습니다
tôi muốn gặp 호칭
또이 무언 갑

잘 지내셨어요?
dạo này thế nào?
쟈오 나이 테 나오

만나서 반갑습니다
rất vui được gặp 호칭
럿 부이 드억 갑

오랜만이에요
lâu rồi không gặp
러우 조이 콩 갑

안녕히 가세요
chào tạm biệt
짜오 땀 비엣

또 만나요
hẹn gặp lại
헨 갑 라이

안녕히 주무세요
ngủ ngon
응우 응온

Chapter 03 감정, 행동 표현

관련 대화

A : 안녕하세요.

Xin chào.
신 짜오

B : 네, 안녕하세요. 잘 지내셨죠?

Dạ, xin chào. Anh[Chị] có khỏe không?
쟈 신 짜오 아인[찌] 꼬 코에 콩

A : 네, 잘 지냈어요. 어디 가시는 길이에요?

Dạ khỏe. Anh[Chị] đang đi đâu?
쟈 코에 아인[찌] 당 디 더우

B : 잠시 일이 있어서 나가는 길이에요.

Tôi đang đi ra ngoài một lúc vì có việc.
또이 당 디 라 응오아이 못 룩 비 꼬 비엑

A : 네, 그럼 다음에 봴게요.

Dạ, hẹn gặp lại.
쟈 헨 갑 라이

Unit 05 축하

생일 축하합니다
chúc mừng sinh nhật
쭉 뭉 신 녓

결혼 축하합니다
chúc mừng đám cưới
쭉 뭉 담 끄어이

합격 축하합니다
chúc mừng thi đậu
쭉 뭉 티 더우

졸업 축하합니다
chúc mừng tốt nghiệp
쭉 뭉 똣 니엡

명절 잘 보내세요
chúc mừng ngày hội
쭉 뭉 응아이 호이

새해 복 많이 받으세요
chúc mừng năm mới
쭉 뭉 남 머이

즐거운 성탄절 되세요
chúc mừng Giáng Sinh vui vẻ
쭉 뭉 쟝 신 부이 베

관련 대화

A : 졸업 축하해요.
Chúc mừng tốt nghiệp.
쭉 뭉 똣 니엡

B : 감사합니다. 저도 당신의 시험 합격을 축하합니다.
Cảm ơn chị. Tôi cũng chúc mừng chị thi đậu.
깜 언 찌 또이 꿍 쭉 뭉 찌 티 더우

Chapter 04 교육

Unit 01 학교

유치원
trường mẫu giáo
쯔엉 머우 쟈오

초등학교
trường tiểu học
쯔엉 띠에우 혹

중학교
trường trung học cơ sở
쯔엉 쭝 혹 꺼 서

고등학교
trường trung học phổ thông
쯔엉 쭝 혹 포 통

대학교
trường đại học
쯔엉 다이 혹

학사
cử nhân
끄 년

석사
thạc sĩ
탁 시

박사
tiến sĩ
띠엔 시

대학원
viện cao học
비엔 까오 혹

관련 대화

A : 자녀가 몇 살이에요?
   Con anh[chị] bao nhiêu tuổi rồi?
   꼰 아인[찌] 바오 니유 뚜어이 조이

B : 19살이에요. 내년에 대학에 들어가요.
   19 tuổi ạ. Năm sau cháu nó sẽ vào trường đại học.
   므이 찐 뚜어이 아 남 싸우 짜우 노 쎄 바오 쯔엉 다이 홉

A : 어머, 고3 학부모군요. 많이 힘드시겠어요.
   Ôi, anh[chị] đã là phụ huynh của các cháu học cấp 3 rồi sao? Chắc là anh[chị] vất vả lắm.
   오이 아인[찌] 다 라 푸 휜 꾸아 깍 짜우 홉 껍 바 조이 싸오 짝 라 아인[찌] 벗 바 람

B : 네, 그래도 아이가 저보다 더 힘들겠죠.
   Vâng, dù có như vậy nhưng so với tôi thì con tôi sẽ vất vả hơn nhiều.
   벙 주 꼬 니으 버이 느응 소 버이 또이 티 꼰 또 쎄 벗 바 헌 니유

관련 단어

학원	trung tâm giáo dục	쭝 떰 쟈오 죽
공립학교	trường công lập	쯔엉 꽁 럽
사립학교	trường tư lập	쯔엉 뜨 럽
교장	hiệu trưởng	히에우 쯔엉
학과장	chủ nhiệm khoa	주 니엠 콰
신입생	học sinh mới	혹 신 머이
학년	năm học	남 혹

Unit 02 학교시설

① 교정
vườn trường
브언 쯔엉

② 교문
cổng trường học
콩 쯔엉 혹

③ 운동장
sân vận động
산 번 동

④ 교장실
phòng hiệu trưởng
퐁 히에우 쯔엉

⑤ 사물함
tủ đựng đồ
뜨 등 도

⑥ 강의실
phòng học
퐁 혹

⑦ 화장실
nhà vệ sinh
냐 베 신

⑧ 교실
lớp học
럽 혹

⑨ 복도
hành lang
한 랑

⑩ **도서관**
thư viện
트 비엔

⑪ **식당**
chỗ ăn cơm
쪼 안 껌

⑫ **기숙사**
ký túc xá
끼 뚝 싸

⑬ **체육관**
trung tâm thể thao
쭝 떰 테 타오

⑭ **매점**
căn tin
칸 띤

⑮ **교무실**
phòng giáo vụ
퐁 쟈오 부

⑯ **실험실**
phòng thí nghiệm
퐁 티 니엠

관련 대화

A : 이 학교는 교정이 너무 예쁜 것 같아요.
  Trường này có sân trường đẹp.
  쯔엉 나이 꼬 선 쯔엉 뎁

B : 그죠, 저는 이 학교 출신이에요. 그땐 우리 학교가 이렇게 예쁜지 몰랐어요.
  Đúng vậy. Lúc còn học ở đây, tôi đã không biết trường mình đẹp như vậy.
  둥 버이 룹 꼰 홉 어 더이 또이 다 콤 비엣 쯔엉 밍 뎁 느 버이

Unit 03 교과목 및 관련 단어

1	영어	tiếng Anh	띠엥 안
2	중국어	tiếng Trung Quốc	띠엥 쭝 꾸옥
3	일본어	tiếng Nhật	띠엥 녓
4	철학	triết học	찌엣 혹
5	문학	van học	반 혹
6	수학	toán học	또안 혹
7	경제	kinh tế	낀 떼
8	상업	thuong mại	트엉 마이
9	기술	kỹ thuật	끼 투엇

10	지리	địa lý	디아 리
11	건축	kiến trúc	끼엔 쭉
12	생물	sinh vật	신 벗
13	화학	hóa học	화 혹
14	천문학	thiên van học	띠엔 반 혹
15	역사	lịch sử	릭 스
16	법률	pháp luật	팝 루엇
17	정치학	chính trị học	찐 찌 혹
18	사회학	xã hội học	싸 호이 혹

19	음악	âm nhạc	엄 냑
20	체육	thể dục	테 죽
21	윤리	luân lý	루언 리
22	물리	vật lý	벗 리
23	받아쓰기	viết chính tả	비엣 찐 따
24	중간고사	thi giữa kỳ	티 즈어 끼
25	기말고사	thi cuối kỳ	티 꾸오이 끼
26	장학금	học bổng	혹 봉
27	입학	nhập học	녑 혹
28	졸업	tốt nghiệp	똣 니엡

29	숙제	bài tập ở nhà	바이 떱 어 냐
30	시험	kỳ thi	끼 티
31	논술	bài luận	바이 루언
32	채점	chấm bài thi	쩜 바이 티
33	전공	chuyên môn	쭈옌 몬
34	학기	học kỳ	혹 키
35	등록금	tiền dang kí	띠엔 당 끼
36	컨닝	quay cóp	꽈이 꼽

관련 대화

A : 제일 좋아하는 과목이 뭐예요?
　　Môn học thích nhất là gì?
　　몬 홉 틱 녓 라 지

B : 저는 수학을 좋아해요.
　　Tôi thích toán học.
　　또이 틱 또안 홉

말하기는 쉬우나 행하기는 어렵다.
Nói thì dễ, làm thì khó.
노이 티 제 람 티 코

Unit 04 학용품

공책(노트)
tập vở
떱 버

지우개
tẩy
떠이

볼펜
bút bi
붓 비

연필
bút chì
붓 찌

노트북
máy tính xách tay
마이 띤 싸익 따이

책
sách
싸익

칠판
bảng
방

칠판지우개
lau bảng
라우 방

필통
hộp bút
홉 붓

샤프
bút chì bấm
붓 찌 범

색연필
bút chì màu
붓 찌 마우

압정
đinh ghim
딘 김

만년필
bút máy
붓 마이

클립
kẹp
껩

연필깎이
gọt bút chì
곳 붓 찌

크레파스
bút sáp màu
붓 삽 마우

화이트
bút tẩy
붓 떠이

가위
kéo
께오

풀
keo dán
께오 잔

물감
màu nước
마우 늑

잉크
mực
묵

자
thước kẻ
트억 깨

스테이플러
bấm ghim
범 김

스케치북
tập vở vẽ
떱 버 베

샤프심
ruột bút chì
루옷 붓 찌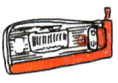

칼
dao rọc giấy
자오 록 져이

파일
tập file
떱 파일

매직펜
bút lông dầu
붓 롱 저우

사인펜
bút lông tô màu
붓 롱 또 머우

형광펜
bút huỳnh quang
붓 후인 꽝

테이프
băng dính dán
방 진 잔

콤파스
com-pa
콤 파

관련 대화

A : 볼펜 좀 빌려줄래요?

Anh[Chị] có thể cho tôi mượn cây bút được không?

아인[찌] 꼬 테 쪼 또이 므언 꺼이 붓 드억 콤

B : 여기 있습니다. 쓰시고 나서 꼭 돌려주세요.

Đây ạ. Hãy trả lại cho tôi sau khi sử dụng nha.

더이 아 하이 짜 라이 쪼 또이 사우 키 쓰 중 냐

A : 알겠어요.

Dạ, cảm ơn

자 깜 언

아니 땐 굴뚝에 연기 날까.

Không có lửa làm sao có khói.

콤 꼬 르아 람 싸오 꼬 코이

Unit 05 부호

| 더하기
cộng
꽁 | 빼기
trừ 
쯔 | 나누기
chia
찌아 |

| 곱하기
nhân 
년 | 크다/작다
dấu lớn hơn /
dấu nhỏ hơn
저우 런 헌 / 저우
뇨 헌 | 같다
bằng
방 |

| 마침표
dấu chấm
저우 쩜 | 느낌표
dấu chấm
than
저우 쩜 탄 | 물음표
dấu
chấm hỏi 
저우 쩜 호이 |

| 하이픈
dấu gạch
nối(ngang)
저우 가익 노이(앙) | 콜론
dấu hai
chấm
저우 하이 쩜 | 세미콜론
dấu chấm
phẩy
저우 쩜 퍼이 |

| 따옴표
dấu nháy
저우 냐이 | 생략기호
dấu ba chấm
저우 바 쩜 | at/골뱅이
a còng
아 콩 |

| 루트
dấu căn 
저우 깐 | | 슬러쉬
dấu gạch chéo 
저우 가익 쩨오 |

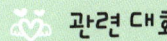 관련 대화

A : 10 빼기 9는 얼마인가요?
Mười trừ chín bằng mấy?
므이 쯔 찐 방 머이

B : 10 빼기 9는 1입니다.
Mười trừ chín bằng một.
므이 쯔 찐 방 못

A : 그럼 4 나누기 2는 얼마인가요?
Vậy thì bốn chia hai bằng mấy?
버이 티 본 찌아 하이 방 머이

B : 4 나누기 2는 2입니다.
Bốn chia hai là hai.
본 찌아 하이 라 하이

Unit 06 도형

정사각형
hình vuông
힌 부옹

삼각형
hình tam giác
힌 땀 쟉

원
vòng tròn
봉 쫀

사다리꼴
hình thang
힌 탕

원추형
hình nón
힌 넌

다각형
hình đa giác
힌 다 쟉

부채꼴
hình cái quạt
힌 까이 꾸앗

타원형
hình trái xoan
힌 짜이 쑤안

육각형
hình lục giác
힌 룩 쟉

오각형
hình ngũ giác
힌 응우 쟉

원기둥
hình ống
힌 옹

평행사변형
hình bình hành
힌 빈 한

각뿔
hình chóp
힌 쩝

관련 대화

A : 삼각형의 세 각의 합은 몇 도인가요?
Tổng hợp 3 góc của hình tam giác là bao nhiêu?
똥 홉 바 곱 꾸아 힝 땀 작 라 바오 니유

B : 답은 180도입니다.
Đáp án là 180 độ.
답 안 라 못 짬 땀 므이 도

A : 그럼, 무엇을 정사각형이라고 하나요?
Vậy thì hình vuông là gì?
버이 티 힝 브엉 라 지

B : 네 변의 길이가 같은 사각형을 정사각형이라고 합니다.
Hình vuông là hình mà có 4 cạnh đều bằng nhau.
힝 브엉 라 힝 마 꼬 봇 까잉 데우 방 냐우

A : 맞습니다. 정말 똑똑하네요.
Đúng rồi. Anh[Chị] thật thông minh quá.
둥 조이 아인[찌] 텃 통 밍 꾸아

Unit 07 숫자

영 không 콩 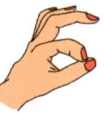	**하나** một 못 	**둘** hai 하이 
셋 ba 바 	**넷** bốn 본 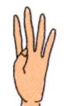	**다섯** năm 남 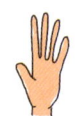
여섯 sáu 싸우 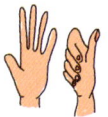	**일곱** bảy 바이 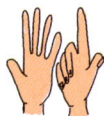	**여덟** tám 땀 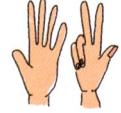
아홉 chín 찐 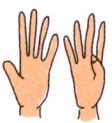	**열** mười 므어이 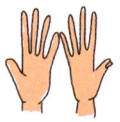	**이십** hai mươi 하이 므어이 **20**
삼십 ba mươi **30** 바 므어이	**사십** bốn mươi **40** 본 므어이	**오십** năm mươi **50** 남 므어이
육십 sáu mươi **60** 싸우 므어이	**칠십** bảy mươi **70** 바이 므어이	**팔십** tám mươi **80** 땀 므어이
구십 chín mươi **90** 찐 므어이	**백** trăm **100** 짬	**천** nghìn **1,000** 응인

만 mười nghìn 므이어 응인 10,000	**십만** một trăm nghìn 못 짬 응인 100,000	**백만** triệu 찌에우 1,000,000
천만 mười triệu 므어이 찌에우 10,000,000	**억** một trăm triệu 못 짬 찌에우 100,000,000	**조** một nghìn tỷ 못 응인 띠 1,000,000,000,000

관련 대화

A : 베트남인은 어떤 숫자를 좋아하나요?
　　Người Việt Nam thích số bao nhiêu?
　　응어이 비엣남 틱 소 바오 니유

B : 베트남인은 9를 좋아해요
　　người Việt Nam thích số 9.
　　응어이 비엣남 틱 소 찐

A : 왜 9를 좋아하죠?
　　Tại sao thích số 9?
　　따이 싸오 틱 쏘 찐

B : 으뜸이 되는 숫자라고 여겨진대요.
　　Tại vì người Việt Nam nghĩ số 9 là số đỉnh nhất.
　　따이 비 응어이 비엣 남 응이 소 찐 라 소 딩 녓

Unit 08 학과

국어국문학과
khoa tiếng Hàn
콰 띠엥 한

베트남어과
khoa tiếng Việt
콰 띠엥 비엣

경영학과
khoa kinh doanh
콰 낀 죠안

정치외교학과
khoa (học) chính trị và ngoại giao
콰 (혹) 찡 찌 바 응오아이 자오

신문방송학과
khoa phát thanh báo chí
콰 팟 타잉 바오 찌

법학과
khoa luật học
콰 루엇 혹

전자공학과
khoa kỹ thuật điện tử
콰 끼 투엇 디엔 뜨

컴퓨터공학과
khoa (học) kỹ thuật máy vi tính
콰 (혹) 끼 투엇 마이 비 띤

물리학과
khoa vật lý
콰 벗 리

의학과
khoa y học
콰 이 혹

간호학과
khoa y tá
콰 이 따

약학과
khoa dược học
콰 즈억 혹

관련 대화

A : 당신은 무슨 학과인가요?
   Khoa của bạn là gì?
   콰 꾸아 반 라 지

B : 저는 베트남어과예요.
   Khoa của tôi là khoa tiếng Việt.
   콰 꾸아 또이 라 콰 띠응 비엣

A : 전공은 무엇인가요?
   Chuyên ngành là gì?
   쯔엔 아잉 라 지

B : 저는 베트남 문학을 전공해요.
   Chuyên ngành của tôi là văn học Việt Nam.
   쯔엔 아잉 꾸아 또이 라 반 홉 비엣 남

Chapter 05 계절/월/요일

Unit 01 계절

봄
mùa xuân
므어 쑤언

여름
mùa hè
므어 헤

가을
mùa thu
므어 투

겨울
mùa đông
므어 동

관련 대화

A : 지금은 무슨 계절입니까?
Bây giờ là mùa gì?
버이 져 라 무어 지

B : 지금은 봄입니다.
Mùa xuân.
무어 쑤언

Unit 02 요일

월요일
thứ hai
트 하이

화요일
thứ ba
트 바

수요일
thứ tư
트 뜨

목요일
thứ năm
트 남

금요일
thứ sáu
트 싸우

토요일
thứ bảy
트 바이

일요일
chủ nhật
쭈 녓

관련 대화

A : 오늘은 무슨 요일인가요?
Hôm nay là thứ mấy?
홈 나이 라 트 머이

B : 오늘은 수요일입니다.
Hôm nay là thứ 4.
홈 나이 라 트 뜨

Unit 03 월

1월	2월	3월
tháng một(giêng) 	tháng hai	tháng ba 
탕 못(지엥)	탕 하이	탕 바

4월	5월	6월
tháng tư 	tháng năm 	tháng sáu
탕 뜨	탕 남	탕 싸우

7월	8월	9월
tháng bảy	tháng tám	tháng chín
탕 바이	탕 땀	탕 찐

10월	11월	12월
tháng mười	tháng mười một	tháng mười hai(chạp)
탕 므어이	탕 므어이 못	탕 므어이 하이(짭)

Unit 04 일

1일
ngày (mồng) một
응아이 (몽) 못

2일
ngày (mồng) hai
응아이 (몽) 하이

3일
ngày (mồng) ba
응아이 (몽) 바

4일
ngày (mồng) bốn
응아이 (몽) 본

5일
ngày (mồng) năm
응아이 (몽) 남

6일
ngày (mồng) sáu
응아이 (몽) 싸우

7일
ngày (mồng) bảy
응아이 (몽) 바이

8일
ngày (mồng) tám
응아이 (몽) 땀

9일
ngày (mồng) chín
응아이 (몽) 찐

10일
ngày (mồng) mười
응아이 (몽) 므어이

11일
ngày mười một
응아이 므어이 못

12일
ngày mười hai
응아이 므어이 하이

13일
ngày mười ba
응아이 므어이 바

14일
ngày mười bốn
응아이 므어이 본

15일
ngày mười lăm
응아이 므어이 람

16일
ngày mười sáu
응아이 므어이 싸우

17일
ngày mười bảy
응아이 므어이 바이

18일
ngày mười tám
응아이 므어이 땀

19일
ngày mười chín
응아이 므어이 찐

20일
ngày hai mươi
응아이 하이 므어이

21일
ngày hai mươi một
응아이 하이 므어이 못

22일
ngày hai mươi hai
응아이 하이 므어이 하이

23일
ngày hai mươi ba
응아이 하이 므어이 바

24일
ngày hai mươi bốn
응아이 하이 므어이 본

25일
ngày hai mươi lăm
응아이 하이 므어이 람

26일
ngày hai mươi sáu
응아이 하이 므어이 싸우

27일
ngày hai mươi bảy
응아이 하이 므어이 바이

28일
ngày hai mươi tám
응아이 하이 므어이 땀

29일
ngày hai mươi chín
응아이 하이 므어이 찐

30일
ngày ba mươi
응아이 바 므어이

31일
ngày ba mươi mốt
응아이 바 므어이 못

관련 대화

A : 오늘은 몇 월 며칠인가요?
  Hôm nay là ngày mấy?
  홈 나이 라 응아이 머이

B : 오늘은 1월 10일입니다.
  Hôm nay là ngày mồng một tháng giêng.
  홈 나이 라 응아이 몽 못 탕 지엥

관련 단어

달력	lịch	릭
다이어리	quyển nhật kí	꾸옌 녓 끼
노동절	ngày quốc tế lao động	응아이 꾸옥 떼 라오 동
크리스마스	ngày lễ Giáng sinh	응아이 레 쟝 신
설날	ngày tết	응아이 뗏
국경일	ngày quốc khánh	응아이 꾸옥 칸

Unit 05 시간

새벽
bình minh
빈 민

아침
buổi sáng
부오이 상

오전
buổi sáng
부오이 상

점심
buổi trưa
부오이 쯔어

오후
buổi chiều
부오이 찌에우

저녁
buổi tối
부오이 또이

밤
ban đêm
반 뎀

시
giờ
져

분
phút
풋

초
giây
져이

어제
hôm qua
홈 꽈

오늘
hôm nay
홈 나이

내일
ngày mai
응아이 마이

내일모레
ngày kia
응아이 끼아

하루
một ngày
못 응아이

관련 대화

A : 띠엔 롱은 언제 한국 오나요?
   Khi nào thì Tiến Long đến Hàn Quốc?
   키 나오 티 띠엔 롱 덴 한꾹

B : 내일 한국에 와요.
   Ngày mai sẽ đến Hàn Quốc.
   응아이 마이 쎄 덴 한꾹

A : 몇 시 도착 예정인가요?
   Anh[Chị] ấy dự tính đến mấy giờ là đến nơi?
   아인[찌] 어이 즈 띤 덴 머이 져 라 덴 너이

B : 오후 3시 30분 도착 예정이에요.
   Anh[Chị] ấy dự tính sẽ đến đây lúc 3 giờ 30 phút chiều.
   아인[찌] 어이 즈 띤 덴 바 져 바 므어이 풋 찌에우

A : 한국에 얼마나 머무르나요?
   Anh[Chị] ấy sẽ ở Hàn Quốc bao lâu?
   아인[찌] 어이 쎄 어 한꾹 바오 러우

B : 일주일 머물러요.
   Anh[Chị] ấy sẽ ở Hàn Quốc một tuần.
   아인[찌] 어이 쎄 어 한꾹 못 뚜언

A : 알겠습니다. 그럼 제가 식사 대접을 한번 할게요.
   Tôi biết rồi. Vậy thì tôi sẽ mời anh[chị] ấy đến ăn cơm.
   또이 비엣 조이 버이 티 또이 세 머이 아인[찌] 어이 덴 안 껌

관련 단어

지난주	tuần trước	뚜언 쯔억
이번 주	tuần này	뚜언 나이
다음 주	tuần sau	뚜언 사우
일주일	một tuần	못 뚜언
한 달	một tháng	못 탕
일 년	một năm	못 남

빈 수레가 요란하다.
Thùng rỗng kêu to.
퉁 좀 께우 또

Chapter 06 자연과 우주

Unit 01 날씨 표현

맑은
trong lành
쫑 란

따뜻한
ấm áp
엄 압

화창한
nắng đẹp
낭 뎁

더운
nóng nực
농 늑

흐린
âm u
엄 우

안개 낀
mù sương
무 스엉

습한
ẩm ướt
엄 으엇

시원한
mát mẻ
맛 메

쌀쌀한
lành lạnh
란 란

추운
lạnh lẽo
란 레오

장마철
mùa mưa
무어 므어

천둥
sấm sét
섬 셋

100

번개
tia chớp
띠아 쩝

태풍
bão
바오

비가 오다
mưa rơi
므어 러이

비가 그치다
hết mưa
헷 므어

무지개가 뜨다
mọc cầu vồng
목 꺼우 봉

바람이 불다
gió thổi
져 토이

눈이 내리다
tuyết rơi
뚜엣 저이

얼음이 얼다
đóng băng
동 방

서리가 내리다
sương muối
스엉 무오이

관련 대화

A : 내일 날씨는 어때요?
Thời tiết ngày mai thế nào?
터이 띠엣 응아이 마이 테 나오

B : 내일은 화창해요.
Ngày mai sẽ ấm và nắng.
응아이 마이 쎄 엄 바 낭

Unit 02 날씨 관련

해
mặt trời
맛 쩌이

구름
mây
머이

비
mưa
므어

바람
gió
져

눈
tuyết
뚜옛

고드름
cột băng
꼿 방

별
sao
싸오

달
mặt trăng
맛 짱

우주
vũ trụ
부 쭈

우박
mưa đá
므아 다

홍수
nạn lụt
난 룻

가뭄
cơn hạn hán
끈 한 한

지진
địa chấn
디아 쩐

자외선
tia tử ngoại
띠아 뚜 응와이

열대야
đêm nóng
뎀 농

오존층
khí Ô-zôn
키 오존

화산(화산폭발)
núi lửa
누이 르아

관련 대화

A : 오늘 날씨는 어때요?
Thời tiết hôm nay thế nào?
터이 띠엣 홈 나이 테 나오

B : 오늘은 비가 와요.
Hôm nay trời mưa.
홈 나이 쩌이 므아

관련 단어

토네이도	lốc xoáy	록 쏘아이
고기압	khí áp cao	키 압 까오
한랭전선	dòng không khí lạnh	종 콤 키 라잉
온도	nhiệt độ	니엣 도
한류	hải lưu lạnh	하이 루 라잉

난류	hải lưu nóng	하이 루 놈
저기압	khí áp thấp	키 압 텁
일기예보	dự báo thời tiết	즈 바오 터이 띠엣
계절	mùa	무어
화씨	thang đo	탕 도
섭씨	độ C	도 쎄
연무	sương khói	쓰엉 코이
아지랑이	sương mù	쓰엉 무
진눈깨비	mưa tuyết	므아 뚜웻
강우량	lượng mưa	르엉 므아
미풍	gió hiu hiu	저 히우 히우
돌풍	cơn gió	껀 저우
폭풍	trận bão	쩐 바오
대기	khí quyển	키 뀌엔
공기	không khí	콤 키

Unit 03 우주 환경과 오염

지구
trái đất
짜이 덧

수성
sao Thủy tinh
싸오 투이 띵

금성
Kim Tinh
킴 띵

화성
sao Hỏa
싸오 화

목성
sao Mộc
싸오 몹

토성
sao Thổ
싸오 토

천왕성
sao Thiên Vương
싸오 티엔 브엉

명왕성
sao Diêm vương
싸오 지엠 브엉

태양계
hệ thái dương
헤 타이 즈엉

외계인
người ngoài hành tinh
응어이 응와이 하잉 띵

행성
hành tinh
하잉 띵

은하계
Hệ ngân hà
헤 응언 하

북두칠성
chòm sao Bắc đẩu
쫌 싸오 박 더우

카시오페이아
Thiên Hậu
티엔 허우

큰곰자리
chòm sao Gấu lớn
쫌 싸우 거우 런

작은곰자리
chòm Tiểu Hùng
쫌 띠우 훙

환경
môi trường
모이 쯔엉

파괴
sự phá hủy
쓰 파 휘

멸망
sự sụp đổ
쓰 쑵 도

재활용
dùng để tái sinh
중 데 따이 싱

쓰레기
rác
작

쓰레기장
bãi rác
바이 작

하수 오물
rác rưởi
작 주이

폐수
nước thải
느억 타이

오염
sự ô nhiễm
쓰 오 니엠

생존
sự tồn tại
쓰 똔 따이

자연
tự nhiên
뜨 니엔

유기체
thể hữu cơ
테 흐 꺼

생물
sinh vật
씽 벗

지구온난화
hiện tượng ấm lên toàn cầu
히엔 뜨엉 엄 렌 또안 꺼우

보름달
trăng rằm
짱 잠

반달
bán nguyệt
반 응우옛

초승달
trăng lưỡi liềm
짱 르이 리엠

유성
hành tinh
하잉 띵

위도
vĩ độ
비 도

경도
kinh độ
낑 도

적도
xích đạo
씩 다오

일식
nhật thực
녓 트억

관련 대화

A : 명왕성이 태양계에서 소멸된 게 몇 년도이죠?

Năm nào sao Diêm vương bị đuổi từ hệ mặt trời?
남 나오 싸오 지엠 브엉 비 두어이 뜨 헤 맛 쩌이

B : 2006년이에요.

Năm 2006.
남 하이 응인 콤 짬 콤 싸우

Chapter 06 자연과 우주

Unit 04 동식물

포유류(động vật có vú) 동 벗 꼬 부

사슴
hươu
흐우

고양이
con mèo
꼰 메오

팬더(판다)
gấu trúc
거우 쯔억

사자
con sư tử
꼰 쓰뜨

호랑이
con hổ
꼰 호

기린
con hươu cao cổ
꼬 흐우 까오 꼬

곰
con gấu
꼰 거우

다람쥐
con sóc
꼰 쏩

낙타
con lạc đà
꼰 락 다

염소
con dê
꼰 제

표범
con báo
꼰 바오

여우
con cáo
꼰 까우

늑대
chó sói
쪼 쏘이

고래
cá voi
까 보이

코알라
con koala
꼰 꼬알라

양
con cừu
꼰 끄우

코끼리
con voi
꼰 보이

돼지
con lợn
꼰 런

말
con ngựa
꼰 으아

원숭이
con khỉ
꼰 키

하마
hà mã
하 마

얼룩말
ngựa vằn
응아 반

북극곰
gấu Bắc cực
거우 박 끅

바다표범
con chó biển
꼰 쪼 비엔

두더지
chuột chũi
쭈엇 쭈이

개
con chó
꼰 쪼

코뿔소
Bò tót
보 똣

쥐
con chuột
꼰 쭈엇

소
con bò
꼰 보

토끼
con thỏ
꼰 토

레드판다
con gấu mèo
꼰 거우 메오

캥거루
con canguru
꼰 깡거루

박쥐
con dơi
꼰 저이

곤충/거미류 (Côn trùng / loại con nhện) 꼰 쭝 / 로아이 꼰 녠

모기
muỗi
무이

파리
con ruồi
꼰 주오이

벌
con ong
꼰 옹

잠자리
chuồn chuồn
쭈언 쭈언

거미
con nhện
꼰 녠

매미
ve sầu
베 써우

바퀴벌레
con gián
꼰 자안

귀뚜라미
con dế
꼰 제

풍뎅이
bọ hung
보 훙

무당벌레
con bọ rùa
꼰 보 즈아

반딧불이
con đom đóm
꼰 덤 둠

메뚜기
con châu chấu
꼰 쩌우 쩌우

개미
con kiến
꼰 끼엔

사마귀
bọ ngựa
보 응아

나비
con bướm
꼰 브음

전갈
bọ cạp
보 깝

소금쟁이
con bọ nước
꼰 보 느억

조류 (Loài chim) 로아이 찜

독수리
đại bàng
다이 바앙

부엉이
con chim cú
꼰 찜 꾸

매
cắt lớn
깟 런

까치
chim ác là
찜 악 라

까마귀
con quạ đen
꼰 꾸아 덴

참새
chim sẻ
찜 쎄

학
hạc
학

오리
con vịt
꼰 빗

펭귄
chim cánh cụt
찜 까잉 끗

제비
chim nhạn
찜 냔

닭
con gà
꼰 가

공작
chim công
찜 꽁

앵무새
con vẹt
꼰 벳
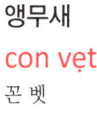

기러기
con ngỗng đực
꼰 응옹 득

거위
con ngỗng
꼰 응옹

비둘기
chim bồ câu
찜 보 꺼우

딱따구리
chim gõ kiến
찜 고 끼엔

파충류/양서류 (Loài bò sát / Loài lưỡng cư) 로아비 보 쌋 / 로아이 르응 끄

보아뱀
trăn
짠

도마뱀
con thạch sùng
꼰 타익 스웅

이구아나
kỳ đà
끼 다

코브라
rắn mang bành
깐 망 바잉

두꺼비
con cóc
꼰 꼭

올챙이
con nòng nọc
꼰 몽 놉

도롱뇽
con kỳ nhông
꼰 끼 놈

개구리
con ếch
꼰 엑

악어
cá sấu
까 써우

거북이
con rùa
꼰 주어

뱀
rắn
자안

지렁이
giun đất
존 덧

카멜레온
tắc kè hoa
딱 께 화아

관련 대화

A : 어떤 동물을 좋아해요?
Bạn thích động vật gì?
반 틱 돔 벗 지

B : 저는 사슴을 좋아해요.

Mình thích con hươu.
밍 틱 꼰 호우

A : 모기는 정말 위험한 벌레인 것 같아요.

Mình nghĩ con muỗi rất là nguy hiểm
밍 응이 꼰 무이 젓 라 응위 히엠

B : 그죠, 저는 모기가 싫어요.

Đúng rồi. Mình ghét con muỗi.
둥 조이 밍 겟 꼰 무이

관련 단어

더듬이	râu	저우
번데기	con nhộng	꼰 뇸
알	quả trứng	꽈 쯔응
애벌레	sâu con	써우 꼰
뿔	sừng	쓰응
발톱	móng chân	몸 쩐
꼬리	đuôi	두오이
발굽	móng	몽
동면하다	ngủ đông	응우 동
부리	mỏ	모
깃털	lông	롱
날개	cánh	까잉
둥지	lồng	롱

어류/연체동물/갑각류 (Loài cá / Động vật thân mềm / Loài giáp xác)
로아이 까 / 동 벗 텃 멤 / 로아이 잡 싹

연어
cá hồi
까 호이

잉어
cá chép
까 쩹

대구
cá thu
까 투

붕어
cá chép
까 쩹

복어
cá nóc
까 녹

문어
bạch tuộc
바익 뚜옥

오징어
con mực
꼰 믁

게
con cua
꼰 끄어

꼴뚜기
con mực phủ
꼰 믁 푸

낙지
bạch tuộc
바익 뚜옥

새우
con tôm
꼰 똠

가재
tôm sông
똠 쏭

메기
con cá trê
꼰 까 쩨

상어
cá mập
까 멉

해파리
con sứa
꼰 쓰아

조개
con sò
꼰 쏘

불가사리
con sao biển
꼰 싸오 비엔

달팽이
con ốc sên
꼰 옵 쎈

관련 대화

A : 문어 다리가 몇 개인지 아세요?

Bạn co biết con bạch tuộc có mấy tám chân không?
반 꼬 비엣 꼰 바익 뚜옥 꼬 머이 땀 쩐 콤

B : 문어 다리는 8개 아닌가요?

Bạch tuộc có 8 chân đúng không ạ?
바익 뚜옥 꼬 땀 쩐 둥 콤 아

A : 그래요, 맞아요.

Ừ. Đúng rồi.
으 둥 조이

관련 단어

비늘	vảy	바이
아가미	mang	망
물갈퀴발	màng ở chân	망 오 쩐
지느러미	vây	버이

식물(꽃/풀/야생화/나무) Thực vật (hoa/cỏ/hoa dại/cây)
특 벗(화/꼬/화 자이/꺼이)

무궁화
hoa Mugung
/ hoa dâm bụt
화 무궁 / 화 땀 붓

코스모스
cúc vạn thọ tây
끅 반 터 떠이

수선화
hoa thủy tiên
화 두이 띠엔

장미
cây hoa hồng
꺼이 화 홍

데이지
hoa daisy
화 데이지

아이리스
hoa iris
화 아이릿

동백꽃
hạt cây hoa trà
핫 꺼이 화 짜

벚꽃
hoa anh đào
화 아잉 다오

나팔꽃
bìm biếc
빔 비엑

라벤더
hoa lavender
화 라벤더

튤립
hoa tulip
화 뜔립

제비꽃
hoa vi-ô-lét
화 비올렛

안개꽃
hoa sương mù
화 쓰옹무

해바라기
hoa hướng dương
화 흐엉 증

진달래
hoa Jindanlae
화 진달래

민들레
cây bồ công anh
꺼이 보 꽁 아잉

캐모마일
hoa camomile
화 까모밀

클로버
cỏ ba lá
꼬 바 라

강아지풀
cỏ dại chó
꼬 자이 쪼

고사리
cây dương xỉ diều
꺼이 즈엉 시 지우

잡초
cỏ dại
꼬 자이

억새풀
gianh
자잉

소나무
cây thông
꺼이 통

메타세콰이아
Thủy sam
뚜이 쌈

감나무
cây hồng
꺼이 홍

사과나무
cây táo
꺼이 따오

석류나무
cây lựu
꺼이 루우

밤나무
cây dẻ
꺼이 제

은행나무
cây ngân hạnh
꺼이 앙 하잉

배나무
cây lê
꺼이 레

양귀비꽃
cây thuốc phiện
꺼이 투옥 삐엔

관련 대화

A : 좋아하는 꽃이 뭐예요?
Bạn thích hoa gì?
반 틱 화 지

B : 저는 장미를 좋아해요.
Mình thích hoa hồng.
밍 틱 화 홍

관련 단어

뿌리	rễ	제
잎	lá	라
꽃봉오리	nụ hoa	누 화
꽃말	ngôn ngữ của các loài hoa	응온 으 꾸아 깍 로아이 화

꽃가루	cuống hoa	끄옹 화
개화기	mùa hoa nở	무어 화 너
낙엽	lá rụng	라 중
단풍	gỗ cây thích	고 꺼이 틱
거름	phân bón	펀 본
줄기	thân	턴

Chapter 07 주거 관련

Unit 01 집의 종류

① 아파트
chung cư
쭝 꾸

② 전원주택
nhà riêng ở ngoại
냐 지응 오 응와이

③ 일반주택
nhà riêng
냐 지응

④ 다세대주택
nhà liền dãy
냐 리엔 저이

⑤ 오피스텔
tòa nhà văn phòng
또아 냐 반 퐁

⑥ 오두막집 ⑦ 별장 ⑧ 하숙집
túp lều   biệt thự ở ngoại ô   nhà thuê phòng
똡 레우   비엣 투 오 응와이 오   냐 투에 퐁

관련 대화

A : 지금 어떤 집에 살고 있나요?
Bạn đang sống ở nhà thế nào?
반 당 솜 어 냐 테 나오

B : 저는 아파트에 살고 있어요.
Mình đang sống ở chung cu.
밍 당 솜 어 쭘 끄

관련 단어

살다	sống	송
주소	địa chỉ	디아 찌
임차인	người cho thuê	응와이 쪼 투에
임대인	người thuê	응와이 투에
가정부	người giúp việc	응어이 줍 비엑
월세	tiền thuê tháng	띠엔 투에 탕

Unit 02 집의 부속물

① 대문
cửa trước
끄아 쯔억

② 담
bức tường
쁙 뜨엉

③ 정원
Hoa viên
화 비엔

④ 우편함
hòm thư
홈 트

⑤ 차고
gara ô tô
가라 오또

⑥ 진입로
đường vào
드엉 바오

⑦ 굴뚝
ống khói
옴 코이

⑧ 지붕
mái nhà
마이 냐

⑨ 계단
cầu thang
꺼우 탕

⑩ **벽**
tường
뜨엉

⑪ **테라스**
bậc thềm nhà
벅 템 냐

⑫ **창고**
nhà kho
냐 코

⑬ **다락방**
gác lửng
각 르엉

⑭ **옥상**
nóc nhà
녹 냐

⑮ **현관**
hành lang
하잉 랑

⑯ **지하실**
phòng dưới hầm
뽕 즈이 험

⑰ **위층**
tầng trên
떵 쩬

⑱ **아래층**
tầng dưới
떵 즈이

⑲ **안마당 뜰**
sân trong
썬 종

⑳ **기둥**
cột trụ
꼿 쭈

㉑ **울타리**
hàng rào
하잉 자오

㉒ **자물쇠**
khóa
코아

관련 대화

A : 어떤 집을 사시려고요?
Bạn muốn mua nhà thế nào?
반 무언 무아 냐 테 나오

B : 정원이 있는 집을 사려고 합니다.
Mình muốn mua nhà có vườn.
밍 무언 무아 냐 꼬 브언

Unit 03 거실용품

① 거실
phòng khách
퐁 카익

② 창문
cửa sổ
꾸아 쏘

③ 책장
giá sách
자 싸익

④ 마루
sàn nhà
산 냐

⑤ 카펫
thảm
탐

⑥ 테이블
cái bàn
까이 반

⑦ 장식장
tủ li
뚜 리

⑧ 에어컨
máy điều hòa
마이 디유 화

⑨ 소파
soffa
쏘빠

⑩ 커튼
rèm cửa
젬 끄아

⑪ 달력
lịch
릭

⑫ 액자
khung tranh
쿵 짜잉

⑬ 시계
đồng hồ
동호

⑭ 벽난로
lò sưởi đứng
로 스어이 등

⑮ 꽃병
lọ hoa
로 화

⑯ 텔레비전
ti-vi
띠비

⑰ 컴퓨터
máy tính
마이 띵

⑱ 노트북
lap top
랩 땁

⑲ 진공청소기
cái máy hút bụi
까이 마이 훗 부이

⑳ 스위치를 끄다
tắt
땃

㉑ 스위치를 켜다
bật
벗

관련 대화

A : 소파가 너무 예뻐요. 어디서 샀나요?
Cái soffa này đẹp lắm. Bạn mua cái này ở đâu?
까이 소파 나이 뎁 람 반 무아 까이 나이 어 더우

B : 이케아에서 샀어요. 이케아 물건은 싸고 예뻐요.
Mình mua này ở IKEA. Sản phẩm IKEA vừa rẻ vừa đẹp.
밍 무아 나이 어 이케아 싼 펌 이케아 브아 제 브아 뎁

Unit 04 침실용품

① 침대
giường
즈엉

② 자명종/알람시계
báo thức
바오 트억

③ 매트리스
đệm
뎀

④ 침대시트
khăn trải giường
칸 짜이 즈엉

⑤ 슬리퍼
dép
젭

⑥ 이불
chăn mền
짠 멘

⑦ 베개
gối
고이

⑧ 화장대
bàn trang điểm
반 짱 디엠

⑨ 화장품
mỹ phẩm
미 펌

⑩ 옷장
tủ áo
뚜 아오

⑪ 잠옷
áo ngủ
아오 응우

⑫ 쿠션
cái đệm
까이 뎀

⑬ 쓰레기통
thùng rác
퉁 작

⑭ 천장
trần nhà
쩐 냐

⑮ 전등
đèn điện
덴 디엔

⑯ 스위치
công tắc điện
꽁 딱 디엔

⑰ 공기청정기
máy lọc không khí
마이 록 콩 키

일어나다
dậy
저이

자다
ngủ
응우

관련 대화

A : 매일 아침 몇 시에 일어나세요?
Mỗi buổi sáng khi nào bạn ngủ dậy?
모이 브어이 상 키 나오 반 응우 저이

B : 저는 매일 아침 8시에 일어납니다.
Mỗi buổi sáng mình ngủ dạy lúc 8 giờ sáng.
모이 브어이 상 밍 응우 저이 룹 땀 저 상

Unit 05 주방

① 냉장고
tủ lạnh
뚜 라잉

② 전자레인지
lò vi sóng
로 비 송

③ 환풍기
quạt thông gió
꽛 통 저

④ 가스레인지
bếp gas
벱 가스

⑤ 싱크대
cái chậu rửa
까이 쩌우 즈아

⑥ 주방조리대
nhà bếp
냐 벱

⑦ 오븐
cái lò nướng
까이 로 느엉

⑧ 수납장
quầy thu tiền
꽈어 뚜 띠엔

⑨ 접시걸이선반
máy phay
마이 파이

⑩ 식기세척기
máy rửa bát đĩa
마이 즈아 밧 지아

에어컨
máy điều hòa
마이 디유 화

관련 대화

A : 환풍기 작동이 안 되네요.
Quạt thông gió này không tác động được.
꽈앗 톰 저 나이 콤 딱 돔 드억

B : 제가 수리공을 불렀어요.
Mình đã gọi thợ sửa chữa rồi.
밍 다 고이 토 스아 쯔아 조이

티끌 모아 태산
Góp gió thành bão.
곱 저 타잉 바오

Unit 06 주방용품

도마
thớt
텃

프라이팬
chảo
짜오

믹서기
máy xay
마이 싸이

주전자
cái ấm
까이 엄

앞치마
tạp dề
땁 제

커피포트
bình siêu tốc
빙 시유 똡

칼
dao
자오

뒤집개
máy xáo trộn
마이 싸오 쫀

주걱
cái vá
까이 바

전기밥솥
nồi cơm điện
노이 껌 디엔

머그컵
ly uống cà phê
리 웅 까 페

토스터기
cái lò nướng
까이 로 느엉

국자
cái muỗng
까이 무엉

냄비
cái xoong
까이 쑤엉

수세미
giẻ lau chùi
지에 러우 쭈이

주방세제
chất tẩy rửa
쩟 떠이 즈아

알루미늄호일
lá nhôm
라 놈

병따개
đồ Khui
도 쿠이

젓가락
đũa
두아

포크
nĩa
니아

숟가락
thìa
티아

접시
dĩa
지아

소금
muối
무오이

후추
hạt tiêu
핫 띠유

조미료
các loại gia vị
깍 로아이 쟈 비

음식을 먹다
ăn món ăn
안 몬 안

관련 대화

A : 요리는 조미료와 손맛이죠.
Nấu ăn là về gia vị và tay nghề.
너우 안 라 베 자 비 바 따이 응에

B : 그렇지만 음식에 조미료를 너무 많이 넣는 건 건강에 좋지 않은 것 같아요.
Nhưng nếu có nhiều gia vị thì không tốt cho sức khỏe mà.
뉴응 네우 꼬 니유 자 비 티 콤 똣 쪼 슥 퀘에 마

A : 그건 맞아요.
Á đúng rồi.
아 둠 조이

Unit 07 욕실용품

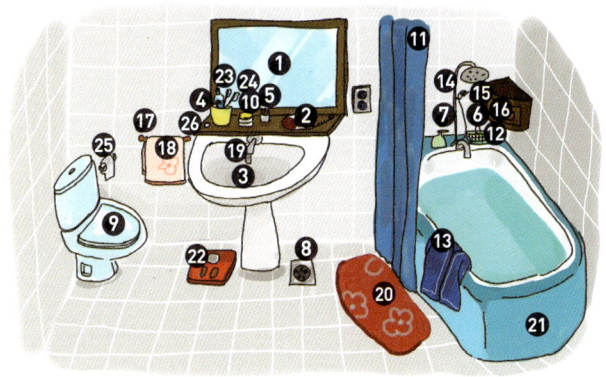

① 거울
gương
그엉

② 드라이기
máy sấy tóc
마이 써이 똡

③ 세면대
bồn rửa mặt
본 쯔아 맛

④ 면도기
máy cạo râu
마이 까오 저우

⑤ 면봉
bông băng
봉 방

⑥ 목욕바구니
thùng tắm
퉁 땀

⑦ 바디로션
nước thơm
느억 텀

⑧ 배수구
lỗ thoát nước
로 토안 느억

⑨ 변기
cái bô
까이 보

⑩ 비누
xà phòng
싸 뽕

⑪ 욕실커튼
rèm cửa
젬 끄아

⑫ 빗
lược chải đầu
루억 짜이 더우

⑬ 샤워가운
áo choàng
아오 쪼앙

⑭ 샤워기
vòi hoa sen
보이 화 세

⑮ 샴푸
dầu gội đầu
저우 고이 더우

⑯ 린스
nước súc
느억 쏙

⑰ 수건걸이
móc treo khăn
목 쩨오 칸

⑱ 수건
khăn
칸

⑲ 수도꼭지
cái vòi nước
까이 보이 느억

⑳ 욕실매트
cái chiếu
까이 찌우

㉑ 욕조
bồn tắm
본 땀

㉒ 체중계
cái cân
까이 껀

㉓ 치약
kem đánh răng
껨 다잉 자앙

㉔ 칫솔
bàn chải đánh răng
반 짜이 다잉 장

㉕ 화장지
giấy vệ sinh
저이 베 싱

㉖ 치실
chỉ nha khoa
찌 냐 코아

관련 대화

A : 변기에 물이 잘 내려가나요?
Bồn cầu này làm được không?
본 꺼우 나이 람 드억 콤

B : 아니요. 변기가 막혔어요.
Không. Bồn cầu này bị tắc rồi.
콤 본 꺼우 나이 비 딱 조이

관련 단어

이를 닦다	đánh răng	다잉 장
헹구다	rửa sạch	즈아 삭
씻어내다	rửa	즈어
말리다	phơi	퍼이
면도를 하다	cạo râu	까오 저우
머리를 빗다	chải tóc	짜이 똑
샤워를 하다	đi tắm	디 땀
변기에 물을 내리다	dội nước bồn cầu	조이 느억 본 꺼우
머리를 감다	gội đầu	고이 더우
목욕 (욕조에 몸을 담그고 하는)	mộc dục	목 죽

Chapter 08 음식

Unit 01 과일

연무
nhãn
년

용과
thanh long
타잉롱

리치
litchi
리찌

망고
xoài
쏘아이

꾸잇
quyt
꾸잇

구아바
quả ổi
꾸아 오이

두리안
sầu riêng
써우 지응

유자
thanh yên
타잉 옌

람부탄
chôm chôm
쫌 쫌

사과
táo
따오

배
quả lê
꽈 레

귤
trái quýt
짜이 꿧

망고스틴
quả măng cụt
꽈 망 끗

수박
dưa hấu
즈아 허우

복숭아	멜론	오렌지
đào 	dưa tây	quả cam
다오	즈아 떠이	꽈 깜

레몬	바나나	자두
chanh 	chuối 	mận 
짜잉	쭈이	먼

두리안	살구	감
sầu riêng 	mơ 	hồng 
써우 지응	머	홍

참외	파인애플	키위
dưa lê vàng	dứa 	quả kiwi 
즈아 레 방	즈아	꾸아 키위

코코넛	사탕수수	포도
dừa 	mía đường 	nho 
즈어	미아 드엉	뇨

밤	대추	딸기
hạt dẻ	táo tầu 	dâu tây 
핫 제	따오 떠우	저우 떠이

건포도		체리
nho khô 		quả cherry 
뇨 코		꽈 체리

블루베리
qủa việt quất
꽈 비엣 꽛

라임
quả chnah màu xanh
꽈 짜잉 마우 싸잉

무화과
quả sung
꽈 스응

석류
lựu
르우

관련 대화

A : 무엇을 사시겠습니까?
   Anh[Chị] muốn mua gì không ạ?
   아인[찌] 무언 무아 지 콤 아

B : 오렌지 1kg에 얼마예요?
   Quả cam này bao nhiêu tiền 1 cân?
   꽈 깜 나이 바오 니유 띠엔 못 껀

A : 4만 베트남 동입니다.
   40,000 VND ạ.
   본 므이 응인 비엣남 돔 아

B : 1kg 주세요.
   Cho anh[chị] 1 cân nha.
   쪼 아인[찌] 못 껀 냐

Unit 02 채소, 뿌리식물

고수나물
rau thơm
저우 텀

셀러리
rau tây
자우 떠이

양상추
xà lách
싸 라익

애호박
quả bí non
꽈 비 논

당근
cà rốt
까 좃

피망
ớt ngọt
으엇 으옹

버섯
nấm
넘

감자
khoai tây
코와이 떠이

고추
quả ớt
꽈 읏

토마토
quả cà chua
꽈 까 쭈아

무
củ cải
꾸 까이

배추
cải thảo
까이 타오

마늘
tỏi
떠이

우엉
cây ngưu bàng
꺼이 응우 방

상추
rau xà lách
자우 싸 라익

시금치
rau bina
자우 비나

양배추
cải bắp
까이 밥

브로콜리
Bông cải xanh
봄 까이 쌍

Chapter 08 음식

양파
hành tây
하잉 떠이

호박
quả bí ngô
꽈 비 응오

고구마
khoai lang
콰이 랑

오이
dưa chuột
즈아 쪼옷

파
hành
하잉

콩나물
giá đỗ
자 도

생강
gừng
긍

미나리
rau cần
자우 껀

옥수수
ngô
응오

가지
cây cà
꺼이 까

송이버섯
nấm
넘

죽순
măng
망

파슬리
ngò tây
응오 떠이

도라지
cây hoa chuông
꺼이 화 쭈옹

깻잎
lá vừng
라 브엉

고사리
cây dương
xỉ diều hâu
꺼이 즈엉 시 지우 허우

청양고추
quả ớt
꽈 으엇

팽이버섯
nấm kim châm
넘 낌 쩜

올리브
ô-liu
오 리우

쑥갓
rau cải cúc
자우 까이 끅

인삼
nhân sâm
년 썸

홍삼
hồng sâm
홍 삼

관련 대화

A : 이 무가 100g에 얼마예요?
Củ cải này bao nhiêu tiền 100g?
꾸우 까이 나이 바오니유 띠엔 못짬 그람

B : 1만 베트남 동입니다.
10000 Vnd ạ.
므이 응인 비엣남 돔 아

Unit 03 수산물, 해조류

오징어
con mực
꼰 믁

송어
cá hồi
까 호이

우럭
cá vược
까 브억

가물치
con cá quả
꼰 까 꾸아

고등어
cá thu
까 투

참조기
cá mòi không răng
까 모이 콤 장

복어
cá nóc
까 녹

메기
cá trê
까 쩨

새우
con tôm
꼰 똠

대구
cá tuyết thái bình dương
까 뚜엣 타이 빙 즈엉

연어
cá hồi
까 호이

전복
bào ngư
바오 응우

가리비 조개
con sò
꼰 소

갈치
cá kiếm
까 끼엠

게
con cua
꼰 끄아

잉어
lý ngư
리 우

붕어
cá chép
까 쩹

문어
bạch tuộc
바익 뚜옥

가재
tôm sông
똠 쏭

민어
cá đù mi-uy
까 두 미위

멍게
con cầu gai
꼰 꺼우 가이

성게
nhím biển
님 비엔

방어
cá trác sọc vàng
까 짝 솝 방

해삼
con hải sâm
꼰 하이 썸

명태
cá minh thái
까 밍 타이

삼치
cá thu Nhật Bản
까 투 녓 반

미더덕
midduk
미떡

굴
con hàu
꼰 하우

광어
cá bơn
까 번

고래
cá voi
까 보이

북어
cá pôlắc
까 뽈락

미역
rong biển
롱 비엔

김
rong biển ăn liền
종 비엔 안 리엔

관련 대화

A : 게 먹어본 적 있어요?

　Anh[Chị] đã ăn thử con cua không ạ?
　아인[찌] 다 안 트으 꼰 끄아 콤 아

B : 그럼요. 게는 정말 맛있어요.

　Có chứ. Con cua rất ngon mà.
　꼬 쯔 꼰 끄아 젓 응온 마

Unit 04 육류

소고기
thịt bò
텃 보

돼지고기
thịt lợn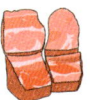
텃 런

닭고기
thịt gà
텃 가

칠면조
gà tây
가 떠이

베이컨
thịt muối
텃 무이

햄
thịt dăm bông
텃 잠 봉

소시지
xúc xích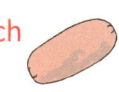
쑥 씩

육포
thịt khô
텃 코

양고기
thịt cừu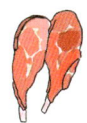
텃 꾸우

관련 대화

A : 베트남에서 분짜는 어느 지역이 제일 맛있나요?
Ở Việt nam, chỗ nào làm bún chả ngon nhất?
어 비엣남 쪼 나오 람 분 짜 응온 녓

B : 하노이예요. 하노이 분짜는 유명하고 맛있어요.
Hà nội mà. Bún chả Hà nội rất nổi tiếng và ngon.
하노이 마 분 짜 하노이 젓 노이 띠응 바 응온

Unit 05 음료수

콜라(코카콜라)
coca
꼬까

사이다 (스프라이트)
chai soda(sprite)
짜이 소다

커피
cà phê
까페

핫초코
sô-cô-la nóng
쏘꼴라 놈

홍차
hồng trà
홍 짜

녹차
trà xanh
짜 싸잉

밀크버블티
trà sữa trân châu
짜 쓰아 쩐 쩌우

자스민차
trà jasmine
짜 자스민

밀크티
trà sữa
짜 쓰아

우유
sữa
쓰아

두유
sữa đậu
쓰아 더우

생수
nước suối
느억 쑤어이

오렌지주스
nước cam
느억 깜

레모네이드
sô đa chanh
쏘 자 짜잉

요구르트
sữa chua
쓰아 쭈아

관련 대화

A : 무엇을 드시겠습니까?
Các anh chị muốn uống gì không ạ?
깍 아잉 찌 무언 우옹 지 콤 아

B : 커피 네 잔 주세요.
Cho chúng tôi 4 ly cà phê nha.
쪼 쭘 또이 본 리 까페 냐

A : 어떤 커피로 하시겠습니까?
Dạ. Anh[Chị] muốn uống cà phê nào không ạ?
자 아인[찌] 무언 우옹 까페 나오 콤 아

B : 어떤 종류가 있나요?
Quán cà phê này có loại gì nhờ?
꽈안 까페 나이 꼬 로아이 지 녀

A : 아메리카노 커피와 밀크 커피가 있습니다.
Bọn em có cà phê đen và cà phê sữa ạ.
본 엠 꼬 까페 다 바 까페 쓰어 아

B : 아메리카노 4잔 주세요.
Cho anh 4 ly cà phê đen nha.
쪼 아잉 본 리 까페 덴 냐

Unit 06 기타식품 및 요리재료

치즈
phô mai
포 마이

요거트
yogurt
유겉

아이스크림
kem
껨

분유
sữa bột
쓰아 봇

버터
bơ
버

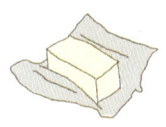

참치
cá ngừ
까 응우

식용유
dầu ăn
저우 안

간장
nước tương
느억 뜽

소금
muối
무이

설탕
đường
드엉

식초
giấm ăn
즘 안

참기름
dầu vừng
저우 붕

후추
hạt tiêu
핫 띠우

달걀
trứng
쯔응

관련 대화

A : 이 음식 식초를 많이 넣어서 새콤해서 맛있네요.
　　Món ăn này có nhiều giấm ăn nên hơi chua và ngon nhờ.
몬 안 나이 꼬 니유 점 안 넨 허이 쭈아 바 응온 녀

B : 제가 새콤한 맛을 좋아해서요. 당신이 맛있게 생각해주서 너무 기뻐요.
　　Đây là bởi vì mình thích ăn món ăn hơi chua. Cảm ơn anh[chị] ăn nhiều. Em vui lắm.
더이 라 버이비 밍 틱 안 몬 안 허이 쭈아 깜언 아인[찌] 안 니유 엠 브이 람

동문서답
Hỏi Đông nói Tây
호이 돔 노이 떠이

Unit 07 대표요리

베트남요리 및 일반요리

분 보 후에
bún bò Huế
분 보 훼

월남쌈
gỏi cuốn
고이 꾸언

쩨(베트남 전통 디저트)
chè
쩨

스테이크
thịt bò bít tết
팃 보 빗 뗏

후 띠유
hủ tiếu
후 띠우

소고기 쌀국수
phở bò
퍼 버

닭고기 쌀국수
phở gà
퍼 가

바잉 꾸언
bánh cuốn
바잉 꾸언

포테이토칩
lát khoai tây
랏 코와이 떠이

바비큐
thịt nướng
팃 느엉

파스타
mì ý
미 이

바게뜨
bánh mì
바잉 미

분 팃 느엉
bún thịt nướng
분 팃 느엉

타르트
bánh gatô
바잉 가또

크레페
crepe
끄레페

만두
bánh bao
바잉 바오

바잉쎄오
bánh xèo
바잉 쎄오

샌드위치
bánh xăng uých
바잉 쌍 익

파니니
panini
빠니니

프라이드치킨
gà rán
가 잔

분짜
bún chả
분 짜

가정백반
cơm bình dân
껌 빈 전

분보남보
bún bò nam bộ
분 보 남 보

바잉 짜잉 쫀(대표간식)
bánh tránh trộn
바잉 짜잉 쫀

바잉 짜잉 느엉(대표간식)
bánh tránh nướng
바잉 짜잉 느엉

한국식당요리

라면
mì cay
미 까이

냉면
mì lạnh
미 라잉

삼계탕
món gà tần nhân sâm
몬 가 떤 년 썸

된장찌개
canh deonjang
까잉 된장

청국장찌개
canh cheongukjang
까잉 청국장

순두부찌개
canh đậu phụ
까잉 더우 푸

부대찌개
canh mì xúc xích
까잉 미 쑥 씩

갈비탕
canh sườn bò
까잉 쑤언 보

감자탕
canh xương heo
까잉 쓰엉 헤오

설렁탕
canh nhạt
까잉 냣

비빔밥
cơm trộn
껌 쫀

돌솥비빔밥
cơm trộn nồi đá
껌 쫀 노이 다

떡볶이
tteok bbo kki
떡 뽀끼

순대
dồi lợn
저이 런

오뎅탕
canh chả cá
까잉 짜 까

찐빵
bánh hỏi
바잉 호이

족발
chân giò lợn
쩐 조 런

팥빙수
món đá bào đậu đỏ
몬 다 마오 더우 도

떡
bánh bột gạo
바잉 봇 가오

해물파전
bánh kếp hành hải sản
바잉 껨 하잉 하이 싼

김밥
gimbap
김밥

간장게장
cua ướp nước tương Ganjang
끄아 으업 느억 뜨엉 간장

김치
kimchi
낌찌

삼겹살
thịt ba chỉ
팃 바 찌

관련 대화

A : 무엇을 주문하시겠어요?
Anh[Chị] thích ăn gì không ạ?
아인[찌] 틱 안 지 콤 아

B : 스테이크 주세요. 바싹 익혀서 주세요.
Cho anh[chị] bít tết chín kỹ nha.
쪼 아인[찌] 빗 뗏 찐 끼 냐

Unit 08 요리방식

데치다
luộc sơ
루옥 써

굽다
nướng
느엉

튀기다
rán
잔

탕/찌개
canh
까잉

찌다
hấp
헙

무치다
ướp
으업

볶다
xào
싸오

훈제
hun khói
훈 코이

끓이다
đun sôi
돈 쏘이

삶다
luộc
루옥

섞다
pha trộn
파 쫀

휘젓다
quấy
꿔이

밀다
bào
바오
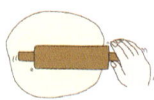

얇게 썰다
băm
밤

손질하다
mần
먼

반죽하다
nhào bột
냐오 봇

관련 대화

A : 훈제요리 좋아하세요?
Anh[Chị] có thích ăn món ăn được xông khói không?
아인[찌] 꼬 틱 안 몬 안 드억 쏨 코이 콤

B : 네 좋아합니다.
Anh[Chị] thích nhiều mà.
아인[찌] 틱 니유 마

A : 그럼 오늘 오리훈제 먹으러 갈래요?
Thế thì hôm nay anh[chị] muốn ăn con vịt hun khói không?
테 티 홈 나이 아인[찌] 무언 안 꼰 빗 훈 코이 콤

B : 좋지요.
Được rồi.
드억 조이

A : 오늘은 제가 한턱 낼게요.
Hôm nay em sẽ mời anh[chị] nha.
홈나이 엠 쎄 머이 아인[찌] 냐

B : 감사합니다.
Anh[Chị] cảm ơn em nhiều.
아인[찌] 깜언 엠 니유

Unit 09 패스트푸드점

롯데리아
lotteria
로떼리아

맥도날드
mcdonald's
맥도날

파파이스
popeyes
파빠이스

서브웨이
subway
섭 웨이

피자헛
pizzahut
피자헛

버거킹
burgerking
버거낑

KFC
kfc
께엡씨

관련 대화

A : 오늘은 롯데리아 가고 싶으세요?
 Em muốn đi lotteria không?
 엠 무언 디 로떼리아 콤

B : 그럼요 가고 싶어요.
 Tất nhiên muốn chứ.
 떳 니엔 무언 쯔

Unit 10 주류

맥주
bia
비아

고량주
rượu cao lương
지우 까오 르엉

하이네켄
heineken
하잉니껜

버드와이저
budweiser
벗와이저

기네스
guinness
기넷

소주
soju
소주

호가든
hoegaarden
호가아든

밀러
miller
밀라

샴페인
champagne
샴페이

양주
rượu Tây
지우 떠이

럼
rượu rum
지우 점

위스키
rượu uýt-ki
지우 윗 끼

보드카
rượu vốt-ca
지우 봇 까

데킬라
Tequila
떼낄라

레드와인
rượu nho đỏ
지우 뇨 도

화이트와인
rượu nho trắng
지우 뇨 짱

브랜디
brandy
브란디

마티니
martiny
마띠니

칼바도스
Calvados
깔바도스

사케
sake
사께

코냑
rượu cô-nhắc
지우 꼬 냑

막걸리
makgeoli
막깔리

동동주
rượu đong đong
지우 동 동

넵머이
Nếp Mới
넵 머이

루아 머이
Lúa Mới
루아 머이

과실주
rượu hỏa quả
지우 화 꽈

복분자주
rượu quả mâm
지우 꽈 멈

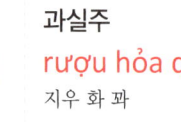

매실주
rượu quả mận
지우 꽈 먼

정종
rượu nhật
지우 녓

칵테일
rượu cốctai
지우 꼭떼일

관련 대화

A : 건배!
Một hai ba yo!
못 하이 바 요

B : 이 술은 몇 도인가요?
Rượu này còn bao nhiêu độ không?
지우 나이 껀 바오 니유 도 콤

A : 50도예요.
50 độ ạ.
남 므이 도 아

B : 어머 엄청 높네요.
Ôi nặng thế.
오이 낭 테

관련 단어

과음	say rượu	싸이 지우
숙취해소제	thuốc giải rượu	투옥 자이 지우
알콜중독	nghiện rượu	응이엔 지우
술친구	bạn rượu	반 지우

Unit 11 맛 표현

맛있는
ngon
응온

맛없는
không ngon
콤 응온

싱거운
nhạt
냔

뜨거운
nóng
놈

단
ngọt
응옷

짠
mặn
만

매운
cay
까이

얼큰한
cay nóng
까이 놈

신
chua
쭈아

쓴
đắng
당

떫은
chát
짯

느끼한
ngấy
응어이

고소한
thơm
텀

담백한
đạm bạc
담박

쫄깃한
dai
자이

비린
tanh
따잉

소화불량
khó tiêu hóa
코 띠유 화

관련 대화

A : 맛이 어때요?
Món ăn này thế nào?
몬 안 나이 테나오

B : 이 음식 맛있어요?
Món ăn này ngon lắm!
몬 안 나이 응온 람

관련 단어

씹다	nhai	냐이
영양분을 공급하다	cung cấp dinh dưỡng	꿍 껍 징 지응
과식하다	ăn không kiểm soát	안 콤 끼엠 쏘앗
먹이다	đút	둣
삼키다	nuốt	뉴옷

조금씩 마시다	uống dần dần	우엉 전 전
조리법	cách nấu ăn	까익 너우 안
날것의	thức ăn sống	특 안 송
썩다	thiu	티유
칼슘	canxi	까잉씨
단백질	chất đạm	쩟 담
비타민	vitamin	비따민
지방	mỡ	머
탄수화물	cacbon hydrat	까봄 히드랏
입맛에 맞다	hợp khẩu vị	헙 커우 비
무기질	chất vô cơ	쩟 보 꺼
에스트로겐	estrogen	에스뜨로젠
아미노산	a-xít amin	아씻 아민
체지방	mỡ trong cơ thể	머 쫌 꺼 테
피하지방	lớp mỡ dưới da	럽 머 즈이 자
열량(칼로리)	calo	깔로
영양소	chất dinh dưỡng	쩟 징 즈엉
포화지방	chất béo bão hòa	쩟 베오 바오 화
불포화지방	không chất béo bão hòa	콤 쩟 베오 바오 화
포도당	đường nho	즈엉 뇨
납	chì	찌

Chapter 08 음식

Chapter 09 쇼핑

Unit 01 쇼핑 물건

의류

정장
com lê
꼼 레

청바지
quần bò
꿘 보

티셔츠
áo sơ mi
아오 서 미

원피스
váy liền
바이 리엔

반바지
quần lửng
꿘 르응

치마
váy
바이

조끼
áo gi-lê
아오 지 레

남방
aó sơmi mặc ko cài cúc
아오 서미 막 코 까이 끅

와이셔츠
áo sơ mi
아오 서 미

재킷
áo khoác
아오 콰악

운동복
quần áo thể thao
꿘 아오 테 타오

오리털잠바
áo lông vịt
아오 롱 빗

스웨터
áo nỉ
아오 니

우의
áo mưa
아오 므어

내복
quần áo lót
꿘 아오 롯

속옷
quần áo lót
꿘 아오 롯

팬티
quần lót
꿘 롯
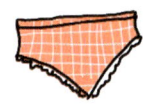

교복
đồng phục
동 푹

레이스
dây trang trí
자이 짱 찌

단추
khuy áo
퀴 아오

바지
quần
꿘

버클
khóa thắt lưng
콰 탓 르엉

브래지어
áo ngực
아오 윽

블라우스
áo choàng
아오 쪼앙

셔츠
áo sơ mi
아오 서 미

소매
tay áo
따이 아오

외투
áo khoác
아오 콰악

지퍼
khóa quần
콰 꿘

잠옷
quần áo ngủ
꿘 아오 우

아오자이
áo dài
아오자이

한복
hanbook
한뿍

신발, 양말

신발
giày
자이

운동화
giày thể thao
자이 테 타오

구두
giày cao gót
자이 까오 곳

부츠
giày boot
자이 붓

슬리퍼
dép lê
젭 레

조리
dép
젭
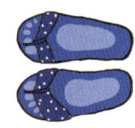

(비 올 때 신는) 장화
ủng
우웅

양말
tất
땃

스타킹
quần tất
꿘 땃

샌들
giày búp bê
자이 붑 베

기타 액세서리

모자
mũ
무

베트남 전통 모자
nón / nón lá
논 / 논라

가방
túi
뚜이

머리끈
dây buộc tóc
자이 부억 똑

귀걸이
khuyên tai
쿠엔 따이

반지
nhẫn
년

안경
kính
낑

선글라스
kính râm
낑 점

지갑
ví
비

목도리
khăn
칸

스카프
khăn
칸

손목시계
đồng hồ đeo tay
동 호 데오 따이

팔찌
vòng tay
봉 따이

넥타이
cà là vạt
까 라 밧

벨트
thắt lưng da
텃 릉 자

장갑
găng tay
강 따이

양산
ô che nắng
오 쩨 낭

목걸이
vòng cổ
봉 꼬

브로치
vòng chân
봉 쩐

손수건
khăn tay
칸 따이

머리핀
kẹp tóc
껩 똡

기타용품

비누
xà phòng
싸 뽕

가그린
súc miệng
숙 미응

물티슈
giấy ướt
자이 으읏

생리대
băng vệ sinh
방 베 싱

기저귀
bỉm
빔

우산
ô
오

담배
thuốc lá
투옥 라

라이터
bật lửa
벗 르아

건전지
pin
삔

쇼핑백
túi mua sắm
뚜이 무어 쌈

종이컵
cốc giấy
꼽 저이

컵라면
mỳ cốc
미 꼽

모기약
thuốc xịt muỗi
투옥 씻 무이

방취제
bình xịt mùi
빙 씻 무이

면도크림
kem cạo dâu
껨 까오 저우

면도날
dao cạo dâu
자오 까오 저우

스킨
dưỡng da
즈엉 자

로션
sữa dưỡng
쓰아 즈엉

썬크림
kem chống nắng
껨 쫌 낭

샴푸
dầu gội
저우 고이

린스
dầu xả
저우 싸

치약
kem đánh răng
껨 다잉 장

칫솔
bàn chải đánh răng
반 짜이 다잉 장

손톱깎이
cắt móng tay
깟 몽 따이

화장지
giấy vệ sinh
저이 베 싱

립스틱
son môi
손 모이

비비크림
bb cream
비비 끄림

파운데이션
kem nền
껨 넨

빗
lược
르윽

사탕
kẹo
께오

껌
nhai
냐이

초콜릿
socola
쇼꼴라

아이섀도
lông mi
롱미

매니큐어
sơn móng tay
선 몽따이

향수
nước hoa
느억 화

마스카라
chuốt mi
쭈엇 미

파스
cao dán
까오 잔

카메라
máy ảnh
마이 아잉

붓
bút lông
붓 롱

책
sách
싸잉

거울
gương
그엉

핸드폰 케이스
ốp điện thoại
옵 디엔 트와이

옥
ngọc bích
응옥 빅

금
vàng
방

은
bạc
박

청동
đồng
동

에센스
kem dưỡng
껨 즈엉

수분크림
kem dưỡng ẩm
껨 즈엉 엄

영양크림
kem dưỡng da
껨 즈엉 자

관련 대화

A : 청바지는 어디에서 파나요?

Mình có thể mua quần jean ở đâu?
밍 꼬 테 무아 꾸언 진 어 더우

B : 2층에서 팝니다.

Ở tầng 2 anh[chị] ạ.
어 텅 하이 아인[찌] 아

C : (2층 점원) 무엇을 도와드릴까요?

Cần em giúp gì không ạ?
껀 엠 줍 지 콤 아

A : 청바지를 사려고 합니다. 구경 좀 해도 될까요?

Mình muốn mua quần jean. Mình có thể xem thử không?
밍 무언 무아 꾸언 진 밍 꼬 테 쌤 트 콤

C : 네 알겠습니다.

Dạ vâng ạ.
자 벙 아

관련 단어

짝퉁제품	sản phẩm giả	싼 펌 자
바코드	mã vạch	마 바잉
계산원	người thanh toán	응어이 타잉 또안
선물	quà	꽈
상표	thương hiệu	트엉 히우
현금	tiền mặt	띠엔 맛
지폐	tiền giấy	띠엔 저이
동전	tiền xu	띠엔 수
환불	trả lại	짜 라이

콩 심은 데 콩 나고 팥 심은 데 팥 난다.
Gieo nhân nào gặt quả đó.
지애오 년 나오 갓 꾸아 도

Unit 02 색상

빨간색
màu đỏ
마우 도

주황색
màu cam
마우 깜

노란색
màu vàng
마우 방

초록색
màu xanh lá cây
마우 싸잉 라 꺼이

파란색
màu xanh dương
마우 싸잉 즈엉

남색
màu chàm
마우 짬

보라색
màu tím
마우 띰

상아색
màu da trắng ngà
마우 자 짱 아

황토색
màu đỏ quạch
마우 도 꽈악

검은색
màu đen
마우 덴

회색
màu xám
마우 쌈

흰색
màu trắng
마우 짱

갈색
màu nâu
마우 너으

분홍색
màu hồng
마우 홍

관련 대화

A : 어떤 색을 좋아하세요?
Bạn thích màu gì?
반 틱 마우 지

B : 저는 파란색을 좋아해요. 파란색을 보면 마음이 편해져요.
Mình thích màu xanh dương. Màu này làm mình thoải mái.
밍 틱 마우 싸잉 즈엉 마우 나이 람 밍 토와이 마이

A : 그래요? 저는 초록색을 보면 마음이 편해지더라고요.
Thế à? Đối với mình, màu xanh lá cây làm em thoải mái.
테 아 도이 버이 밍 마우 싸잉 라 꺼이 람 엠 토와이 마이

관련 단어

의상	quần áo	꿘 아오
직물	hàng vải vóc	항 바이 봅
감촉	cảm nhận	깜 년
모피	da lông	자 롱
단정한	chững	쯔엉
방수복	cái áo chống thấm	까이 아오 쫑 텀
차려입다	ăn mặc	안 막
장식하다	trang trí	짱 찌
사치	xa xỉ	싸 씨
어울리는	vừa phải	브아 파이

Unit 03 구매 표현

이것
cái này
까이 나이

저것
cái kia
까이 끼아

더 화려한
hoa lệ hơn
화 레 헌

더 수수한
giản dị hơn
잔 지 헌

더 큰
to hơn
또 헌

더 작은
nhỏ hơn
뇨 헌

더 무거운
nặng hơn
낭 헌

더 가벼운
nhẹ hơn
녜 헌

더 긴
dài hơn
자이 헌

더 짧은
ngắn hơn
응안 헌

유행상품
hàng hóa
nổi tiếng
항 화 노이 띠응

다른 종류
loại khác
로와이 칵

다른 디자인
thiết kế khác
띠엣 께 칵

다른 색깔
màu khác
마우 칵

더 싼
rẻ hơn
제 헌

더 비싼
đắt hơn
닷 헌

신상품
sản phẩm mới
산 펌 머이

세일 상품
sảm phẩm giảm giá
산 펌 잠 자

입다
mặc
막

신다
đi
디

메다
gánh
가잉

먹다
ăn
안

바르다
bôi
보이

들다
xách
싸익

만지다
sờ
써

쓰다
đội
도이

착용하다
đeo
데오

몇몇의
một số
못 쏘

관련 대화

A : 이걸로 할게요. 얼마인가요?

　Mình muốn mua cái này. Cái này bao nhiêu tiền?
　밍 무언 무아 까이 나이 까이 나이 바오 니유 띠엔

B : 2만 베트남 동입니다.

　20000 việt nam đông ạ.
　하이 므이 웅인 비엣남 돔 아

관련 단어

쇼핑몰	trung tâm thương mại	쭝 떰 트엉 마이
상품	sản phẩm	산 펌
하자가 있는	thiếu sót	티유 솟
환불	sự trả lại	쓰 짜 라이
구입하다	mua	무아
영수증	hoá đơn	화 던
보증서	giấy bảo đảm	저이 바오 담
세일	hạ giá	하 자
계산대	quầy thu ngân	꿔이 투 응언
저렴한	rẻ	제
품절된	hết hàng	헷 항
재고정리	chỉnh lý	찌잉 리
신상품	sản phẩm mới	산 펌 머이
공짜의	miễn phí	미엔 피

Chapter 10 도시

Unit 01 자연물 또는 인공물

강
sông
송

과수원
vườn cây ăn trái
브언 꺼이 안 짜이

나무
cây
꺼이

논
đất cày
덧 까이
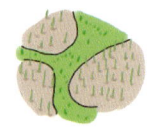

농작물
sản phẩm nông nghiệp
산 펌 농 이엡

동굴
động
동

들판
đồng bằng
동 방

바다
biển
비엔

밭
vườn
브언

사막
sa mạc
사 막

산
núi
누이

섬
đảo
다오

삼림
rừng
릉

습지
khu vực ẩm ướt
쿠 븍 엄 으엇

연못
đầm sen
덤 센

저수지
nơi chứa nước
노이 쯔아 느억

초원
thảo nguyên
타오 응우엔

폭포
thác
탁

해안
bờ biển
보 비엔

협곡
hẻm núi
헴 누이

호수
hồ
호

목장
trại chăn nuôi
짜이 짠 누오이

바위
hòn đá
혼 다

관련 대화

A : 사막에 가본 적이 있나요?

Bạn đã đi đến sa mạc chưa?
반 다 디 덴 사 막 쯔아

B : 네 가본 적이 있어요.

Rồi. Tôi đã đi đến sa mạc rồi.
조이 도이 다 디 덴 사 막 조이

관련 단어

한국어	베트남어	발음
수확하다	thu hoạch	투 확
씨를 뿌리다	gieo hạt	지에오 핫
온도	nhiệt độ	니엣 도
지평선, 수평선	đường chân trời	드엉 쩐 쩌이
화석	sự hóa đá	스 화 다
습도	độ ẩm	도 엄
대지	khu đất lớn	쿠 덧 런
모래	cát	깟
산등성이	rặng núi	장 누이

Unit 02 도시 건축물

우체국
bưu điện
브우 디엔

은행
ngân hàng
응언 항

경찰서
đồn cảnh sát
돈 깐 쌋

병원
bệnh viện
벤 비앤

편의점
cửa hàng tiện lợi
끄아 항 띠엔 로이

호텔
khách sạn
칵 산

서점
nhà sách
냐 삭

백화점
cửa hàng bách hóa
끄아 항 박화

노래방
phòng karaokê
퐁 가라오케

커피숍
quán cà phê
꽌 카페

영화관
nhà hát
냐핫

문구점
cửa hàng văn phòng phẩm
끄아항 반 퐁 펌

제과점
tiệm bánh kẹo
띠엔 반 깨오

놀이공원
công viên giải trí
꽁 비엔 자이 찌

주유소
trạm xăng dầu
짬 쌍 저우

Chapter 10 도시

성당 nhà thờ 냐 터 	**교회** hội thánh 호이 탄 
번화가 sự phồn hoa 스 폰 화 	**미술관** bảo tàng nghệ thuật 바오 땅 응에 투엇
학교 trường 쯔엉 	**이슬람사원** thờ Hồi giáo 토 호이 자오 
분수 máy phun nước 마이 푼 느억 	**공원** công viên 꽁 비엔 
댐 đập nước 답 느억 	**정원** vườn 브언 	**사우나** phòng tắm hơi 퐁 땀 호이 
식물원 vườn bách thảo 브언 박 타오 	**동물원** vườn thú 브언 투 
광장 quảng trường 꽝 쯔엉 	**다리** cầu 꺼우 

박물관
bảo tàng
바오 땅

기념관
viện bảo tàng
비엔 바오 땅

약국
nhà thuốc
냐 투옥

소방서
trạm cứu hỏa
짬 끄 와

도서관
thư viện
투 비엔

미용실
tiệm tóc
띠엠 똑

관광안내소
trạm hướng dẫn du lịch
짬 흐엉 전 주 릭

세탁소
tiệm giặt
띠엠 쟛

PC방
quán chát
꽌 짯

목욕탕
nhà tắm
냐 땀

발마사지샵
nhà mát xa chân
냐 맛 싸 쩐

마사지샵
nhà mát xa
냐 맛 싸

관련 대화

A : 베트남에도 한국식 사우나가 있나요?

Ở Việt Nam cũng có phòng tắm hơi Hàn Quốc Phải không?

어 비엣 남 꿍 꼬 퐁 땀 호이 한 꾹 파이 콩

B : 그럼요, 베트남의 한국식 사우나는 규모가 커요.

Dạ có. Phòng tắm hơi Hàn Quốc ở Việt Nam rất lớn.

자 꼬 퐁 땀 호이 한 꾹 어 비엣 남 젓 런

Chapter 11 스포츠, 여가

Unit 01 운동

볼링
bôling
볼링

암벽등반
leo lên vách đá
레오 렌 박 다

활강
sự đi xuống
스 디 쑤엉

패러글라이딩
dù lượn
주 루언

번지점프
nhảy bungee
냐이 번지

낚시
câu cá
꺼우 카

인공암벽
vách đá nhân tạo
박 다 년 따오

바둑
cờ vây
꼬 버이
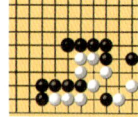

카레이싱
(자동차 경주)
đua xe ô tô
두어 쎄 오또

윈드서핑
môn lướt ván buồm
몬 우옷 반 부옴

골프
gôn
곤

184

테니스
ten nít,
quần vợt
뗀 닛 / 꿘 봇

스키
sự trượt
tuyết
스 쯔옷 뚜엣

유도
judo
쥬도

체조
thể thao
테 타오

승마
sự cưỡi ngựa
스 끄오이 응우아

축구
bóng đá
봉 다

배구
bóng chuyền
봉 쭈옌

야구
bóng chày
봉 짜이

농구
bóng rổ
봉 로

탁구
bóng bàn
봉 반

검술
kiếm thuật
끼엠 투엇

수영
sự bơi
스 보이

경마
đua ngựa
두어 응우아

권투
đấm bốc
덤 복

태권도
taekwondo
태권도

검도
kiếm đạo
끼엠 다오

무에타이
muay thái
무아이 타이

격투기
tiêm kích
띠엠 끽

씨름
sự vật nhau
스 벗 냐우

당구
bi-a
비아

배드민턴
cầu lông
꺼우 롱

럭비
bóng bầu dục
봉 버우 죽

스쿼시
ép sân
엡 선

아이스하키
khúc côn cầu trên băng
쿡 콘 꺼우 쩬 방

핸드볼
bóng ném
봉 냄

등산 / 등산하다
sự leo núi / leo núi
스 레오 누이/ 레오 누이

인라인스케이트를 타다
chạy trượt pa-tin
짜이 쯔엇 빠띤

조정
chèo thuyền
쩨오 투원

사이클
xe đạp
쎄 답

요가
yoga
요가

스카이다이빙
nhảy dù
nghệ thuật
냐이 주 응에 투엇

행글라이딩
diều bay lượn
지에우 바이 루온

피겨스케이팅
trượt băng
nghệ thuật
쯔엇 방 응에 투엇

롤러스케이팅
pa-tanh
빠 딴

양궁
cung của
phương Tây
꿍 꾸아 프엉 따이

스노클링
snorkel
스노클

스쿠버다이빙
lặn biển
란 비엔

해머던지기
ném búa
넴 부아

멀리뛰기
nhảy xa
냐이 싸

창던지기
ném thương
넴 트엉

마라톤
chạy ma-ra-tông
짜이 마라똔

펜싱
đấu kiếm
더우 끼엠

쿵푸
kung fu
쿵푸

합기도
hợp khí đạo
홉 키 다오

공수도 karate 가라데		레슬링 đấu vật 더우 벗	
스모 sumo 스모		줄넘기 nhảy dây 냐이 저이	
뜀틀 cầu ngựa 꺼우 응우아		에어로빅 aerobic 에어로빅	
아령운동 thể dục cử tạ 테 죽 끄 따		역도 cử tạ 끄 따	

관련 대화

A : 무슨 운동을 좋아하세요?
  Bạn thích thể thao loại nào?
  반 틱 테 타오 로아이 나오

B : 저는 볼링을 좋아해요.
  Tôi thích chơi bôling.
  또이 틱 쩌이 볼링

A : 배우고 싶은 운동은 있나요?
  Bạn có thể thao muốn học không?
  반 꼬 테 타오 무언 혹 콩

B : 스키 타는 법을 배우고 싶어요.
Tôi muốn học sự trượt tuyết.
또이 무언 혹 스 쯔엇 뚜엣

관련 단어

야구공	bóng chày	봉 짜이
야구방망이	cây gậy bóng chày	꺼이 거이 짜이
축구공	quả bóng	꾸아 봉
축구화	giày đá bóng	자이 다 봉
야구 글러브	bao tay	바오 따이
권투 글러브	găng đấu quyền Anh	쟝 더우 꾸엔 안
헬멧	mũ bảo hiểm	무 바오 히엠
테니스공	quả bóng quần vợt	꾸아 봉 꾸언 봇
라켓	vợt	봇
수영복	áo bơi	아오 보이
튜브	trò tuột ống nước	쪼 뚜옷 옹 느억
수영모	mũ bơi	무 보이
러닝머신	máy tập chạy bộ	마이 떱 짜이 보
코치	huấn luyện viên	후언 루엔 비안
유산소운동	thể dục nhịp điệu	테 죽 닙 디에우
무산소운동	thể dục thiếu không khí	테 죽 티에우 콩 키
근력운동	tập thể thao tăng	떰 테 타오 땅
호흡운동 (숨쉬기운동)	tập thể hô hấp	떱 테 호 헙
수경	kính bơi	낀 보이

Unit 02 오락, 취미

영화 감상
xem phim
쌤 핌

음악 감상
nghe nhạc
응에 냐

여행
du lịch
주 릭

독서
đọc sách
독 삭

춤추기
**(전통) múa /
(현대) nhảy**
무아 / 냐이

노래 부르기
hát bài
핫 바이

운동
tập thể dục
떱 테 죽

등산
leo núi
레오 누이

수중잠수
lặn xuống nước
란 쑤엉 느억

악기 연주
biểu diễn nhạc
비에우 지엔 냐

요리
nấu ăn
너우 안

사진 찍기
chụp ảnh
쭙 안

정원 가꾸기
tạo ra vườn
따오 라 부언

우표 수집
thu thập thư
투 텁 트

낚시
câu cá
꺼우 카

십자수
Thêu chữ thập
테우 쯔 텁

TV 보기
xem TV
쌤 티비

드라이브
chạy xe
짜이 쎄

빈둥거리기
rong chơi
종 쪼이

인터넷
internet, mạng
인터넷, 망

게임
chơi game
쩌이 게임

아이쇼핑하기
xem đồ
쌤 도

캠핑 가기
cắm trại
껌 짜이

포커
xì- phế
씨 패

장기
cờ tướng
꼬 쯔엉

도예
nghệ thuật
đồ gốm
응에 투엇 도 곰

뜨개질
việc đan
비엑 단

맛집 탐방
đi thăm quán
ăn ngon
디 탐 꽌 안 응온

Chapter 11 스포츠, 약가

일하기
làm việc
람 비엑

🎀 관련 대화

A : 취미가 뭐예요?
　　Sở thích của bạn là gì?
　　소 틱 꾸아 반 라 지

B : 저는 영화 보는 걸 좋아해요.
　　Tôi thích xem phim.
　　또이 틱 쌤 핌

A : 주말에는 뭐하세요?
　　Cuối tuần bạn thường làm gì?
　　꾸오이 뚜언 반 트엉 람지

B : 주말에는 독서해요.
　　Cuối tuần tôi thường đọc sách.
　　꾸오이 뚜언 또이 트엉 독 삭

Unit 03 악기

기타
ghi-ta
기타

피아노
piano
피아노

색소폰
saxophone
색소폰

플루트
cây sáo
꺼이 사오

하모니카
kèn ácmônica
켄 악모니까

클라리넷
kèn clarinet
켄 클라리넷

트럼펫
kèn trompet
켄 트롬펫

하프
hạc
학

첼로
xelô
쎌로

아코디언
ắc-cóc
악 꼭

드럼
trống
쫑

실로폰
mộc cầm
목 껌

거문고
đàn gemungo
단 거문고

가야금
đàn gayageum
단 가야금

대금
ống đaegeum
옹 대금

장구
trống Janggu
쫑 장구

징
cồng
꽁

해금
ống heageum
옹 해금

단소
sáo ngắn
사오 응안

리코더
sáo recorder
싸오 리코더

오카리나
kèn ocarina
켄 오카리나

바이올린
vi-ô-lông
비롱

비올라
đàn viola
단 비올라

관련 대화

A : 어떤 악기를 다룰 줄 아세요?
Bạn biết chơi loại nhạc cụ nào?
반 비엣 쩌이 로아이 냑 꾸 나오

B : 저는 피아노를 다룰 수 있어요.
Tôi biết đàn piano.
또이 비엣 단 피아노

Unit 04 여가

휴양하다
nghỉ ngơi
응이 응오이

관광하다
đi tham quan
디 탐 꽌

기분전환하다
thay đổi tâm trạng
타이 도이 떰 짱

참관하다
tham quan
탐 꽌

탐험하다
thám hiểm
탐 히엔

건강관리
giữ gìn sức khoẻ
지으 진 쓱 쾌

관련 대화

A : 기분이 안 좋을 때 어떻게 기분전환하시나요?
   Khi buồn, bạn thay đổi tâm trạng thế nào?
   키 부온 반 타이 도이 떰 짱 테 나오

B : 저는 여행을 가면 기분이 나아져요.
   Khi đi du lịch, tâm trạng tốt hơn.
   키 디 주릭 떰 짱 똣 헌

Unit 05 영화

영화관
nhà hát
냐 핫

매표소
Cửa bán vé
끄아 반 베

히트작
tác phẩm được yêu thích
딱 펌 드억 에우 틱

매점
quán
꽌

공포영화
phim kinh dị
핌 낀 지

코미디영화
phim hài
핌 하이

액션영화
phim hành động
핌 항동

어드벤처영화
siêu anh hùng
시우 안 훙

스릴러영화
phim hành động
핌 항동

주연배우
diễn viên chính
지엔 비엔 찐

조연배우
diễn viên phụ
지엔 비인 푸

남자주인공
nhân vật nam
년 벗 남

여자주인공
nhân vật nữ
년 벗 느

영화사
công ty điện ảnh
꽁 띠 디엔 안

감독
đạo diễn
다오 지엔

관련 대화

A : 스릴러 영화 좋아하세요?
Bạn thích phim hành động phải không?
반 틱 핌 한 동 파이 콩

B : 아니요, 저는 무서운 건 싫어요. 저는 로맨틱 영화를 좋아해요.
Dạ không. Tôi không thích điều gì sợ. Tôi thích phim lãng mạn.
자 콩 또이 콩 틱 디에우 지 소 또이 틱 핌 랑 만

관련 단어

뮤지컬영화	phim âm nhạc	핌 엄악
다큐멘터리영화	phim tư liệu	핌 뜨 리우
로맨틱영화	phim lãng mạn	핌 랑만

Part 2
여행 단어

Chapter 01. 공항에서
Chapter 02. 입국심사
Chapter 03. 숙소
Chapter 04. 교통
Chapter 05. 관광

Chapter 01 공항에서

Unit 01 공항

국내선
tuyến bay nội địa
뚜엔 바이 노이 디아

국제선
tuyến bay quốc tế
뚜엔 바이 꾸옥 떼

탑승창구
cửa lối lên máy bay
끄아 로이 렌 마이 바이

항공사
công ty hàng không
꽁띠 항콩

탑승수속
thủ tục lên máy bay
투 뚝 렌 마이 바이

항공권
vé máy bay
베 마이 바이
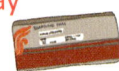

여권
hộ chiếu
호 찌우

탑승권
thẻ lên máy bay
테 렌 마이 바이

금속탐지기
máy dò kim loại
마이 조 낌 로아이

창가 좌석
ghế gần cửa sổ
게 건 끄아 소

통로 좌석
ghế gần lối đi
게 건 로이 디

위탁수하물
hành lý kí gửi
행 리 끼 그이

수하물 표
vé hành lý
베 항 리

초과 수하물 운임
phí hành lý
quá nhiều
피 한 리 꽈 니에우

세관
thuế quan
투에 꽌

신고하다
đăng ký
당 끼

출국신고서
tờ khai
xuất cảnh
또 카이 쑤엇 깐

면세점
cửa hàng
miễn thuế
끄아 항 미엔 투에

입국심사
thẩm tra
nhập cảnh
탐 짜 녑 깐

여행자 휴대품 신고서
tờ khai vật dụng
cầm tay du khách
또 카이 벗 중 껌 따이 주 각

비자
thị thực
티 특

세관원
nhân viên
thuế quan
년 비엔 투에 꽌

관련 대화

A : 여권과 신고서를 보여주세요. 신고할 물건이 있나요?
Cho tôi hộ chiếu và tờ khai. Anh[Chị] có hàng để đăng ký phải không?
쪼 또이 호 찌에우 바 또 카이 아인[찌] 꼬 항 데 당 끼 파이 콩

B : 신고할 물건이 없습니다.
Tôi không có hàng để đăng ký.
또이 콩 꼬 항 데 당 끼

A : 가방을 열어주시겠어요?
Xin hãy mở túi ra.
씬 하이 모 뚜이 자

B : 이것은 개인 소지품입니다.
Cái này là hàng mang theo của tôi.
까이 나이 라 항 망 테오 꾸아 또이

관련 단어

목적지	nơi đến	노이 덴
도착	đến	덴
방문 목적	mục đích đến	묵 딕 덴
체류기간	thời gian ở	터이 지안 오
입국 허가	cho phép nhập cảnh	쪼 펩 녑 깐
검역소	sở kiểm dịch	소 끼엠 직
수하물 찾는 곳	nơi tìm hành lý	노이 띰 항 리
리무진 버스	xe hòm	쎄 홈

Unit 02 기내 탑승

① 창문
cửa sổ
끄아 소

② 승무원
tiếp viên hàng không
띠엡 비엔 항 콩

③ 머리 위의 짐칸
lên khoang hành lý
렌 쾅 항 리

④ 에어컨
máy lạnh
마이 란

⑤ 조명
đèn
덴

⑥ 모니터
màn hình máy vi tính
만 힌 마이 비 띤

⑦ 좌석(자리)
ghế
게

⑧ 구명조끼
áo phao cứu hộ
아오 파오 끄 호

⑨ 호출버튼
nút gọi
눗 고이

⑩ (기내로 가져온) 짐
hành lý trong máy bay
항리 쫑 마이 바이

⑪ 안전벨트
dây an toàn
저이 안 또안

⑫ 통로
lối đi
로이 디

⑬ 비상구
lối thoát hiểm
로이 토앗 히엠

⑭ 화장실
nhà vệ sinh
냐 베 신

⑮ 이어폰
ống nghe
옹 응에

① 조종실 ② 기장 ③ 부기장 ④ 활주로

phòng vận hành
퐁 반 항

cơ trưởng
꼬 쯔엉

kế toán trưởng
께 또안 쯔엉

đường băng
드엉 방

관련 대화

A : 자리를 좀 찾아주시겠어요?

Anh[Chị] tìm chỗ ngồi được không?
아인[찌] 띰 쩌 응오이 드억 콩

B : 오른쪽 앞에서 5번째 창가 좌석이십니다.

Ngồi cửa sổ thứ năm ở phía trước bên phải.
응오이 끄어 서 트 남 어 피아 쯔억 벤 파이

A : 감사합니다.
   Cảm ơn nhiều.
   깜 언 니에우

B : 별 말씀을요.
   Không có gì.
   콩 꼬지

관련 단어

도착 예정 시간	thời gian dự định đến	터이 지안 듀 딘 덴
이륙하다	cất cánh	껏 깐
착륙하다	hạ cánh	하 깐
무료 서비스	dịch vụ miễn phí	직 부 미엔 피
(화장실 등이) 사용 중	đang sử dụng	당 스 중
금연 구역	khu vực cấm hút thuốc	쿠 북 껌 훗 투옥
시차 피로	mệt chênh lệch múi giờ	멧 쨴 렉 무이 져
~를 경유하여	quá	꾸아
직항	bay thẳng	바이 탕
좌석 벨트를 매다	buộc	부옥
연기, 지연	kéo dài	께오 자이

Unit 03 기내 서비스

신문
báo
바오

면세품 목록
mục lục hàng miễn thuế
묵 룩 항 미엔 투에

잡지
tạp chí
땁 찌

담요
chăn mền
짠 멘

베개
gối
고이

입국카드
thẻ nhập cảnh
테 녑 까잉

티슈
giấy ăn
져이 안

음료수
nước ngọt
느억 응옷

기내식
đồ ăn trên máy bay
도 안 쩬 마이 바이

맥주
bia
비아

와인
rượu nho
즈우 뇨

물
nước
느억

커피
cà-phê
카페

차
trà
짜

관련 대화

A : 무엇으로 드시겠어요?

Anh[Chị] muốn ăn gì?

아인[찌] 무언 안 지

B : 어떤 요리가 있나요?

Ở đây có món ăn nào?

어 더이 꼬 몬 안 나오

A : 닭고기 요리와 소고기 요리가 있습니다.

Ở đây có món thịt bò và món thịt gà.

어 더이 꼬 몬 팃 보 바 몬 팃 가

B : 닭고기 요리로 주세요.

Cho tôi món thịt gà.

쪼 또이 몬 팃 가

관련 단어

이륙	cất cánh	껏 깐
착륙	hạ cánh	하 깐
홍차	hồng trà	홍 짜
물티슈	khăn ướt	칸 으엇
샐러드	sa lát	사 랏
알로에주스	nước aloe	느억 알로에
탄산음료	nước có ga	느억 꼬 가

침묵은 금이다.
Im lặng là vàng.
임 랑 라 방

Chapter 02 입국심사

Unit 01 입국 목적

비즈니스
kinh doanh
낀 조안

여행
du lịch
주 릭

관광
sự tham quan
스 떰 꽌

회의
cuộc họp
꾹 홉

취업
có việc
꼬 비엑

거주
cư trú
끄 쭈

친척 방문
thăm họ hàng
탐 호 항

공부
học
혹

귀국
về nước
베 느억

휴가
kỳ nghỉ
끼 응이

관련 대화

A : 방문 목적은 무엇입니까?
Anh[Chị] đến đây để làm gì?
아인[찌] 덴 더이 데 람지

B : 사업차입니다.
Tôi đến để làm việc.
또이 덴 데 람 비엑

열 번 찍어 안 넘어 가는 나무 없다.
Lửa gần rơm lâu ngày cũng bén.
르아 건 즘 러무 응아이 꿈 벤

Unit 02 거주지

호텔
khách sạn
칵 산

친척집
nhà họ hàng
냐 호 항

친구집
nhà bạn
냐 반

관련 대화

A : 어디서 머무시나요?
Anh[Chị] sẽ ở đâu?
아인[찌] 세 어 더우

B : 호치민에 있는 렉스 호텔에 머무를 것입니다.
Tôi sẽ ở khách sạn Rex ở Thành Phố Hồ Chí Minh.
또이 세 어 칵 산 렉스 어 탄 포 호 찌 민

Chapter 03 숙소

Unit 01 예약

예약
đặt trước
닷 느억

체크인
nhập phòng
녑 퐁

체크아웃
trả phòng
짜 퐁

싱글룸
phòng đơn
퐁 돈

더블룸
phòng 2 đơn
퐁 하이 돈

트윈룸
phòng đôi
퐁 도이

스위트룸
phòng đa
chức năng
퐁 다 쯕 낭

일행
nhóm
놈

흡연실
phòng hút thuốc
퐁 훗 툭

금연실
phòng cấm
hút thuốc
퐁 껌 훗 툭

방값
tiền thuê phòng
띠엔 투에 퐁

예약번호
số đặt vé
소 닷 베

방카드
thẻ phòng
테 퐁

관련 대화

A : 방을 예약하려고 하는데요.
Tôi muốn đặt một phòng.
또이 무언 닷 못 퐁

B : 어떤 방을 원하세요?
Anh[Chị] muốn phòng nào?
아인[찌] 무언 퐁 나오

A : 싱글룸을 원합니다.
Tôi muốn phòng đơn.
또이 무언 퐁 던

관련 단어

보증금	tiền bảo lãnh	띠엔 바오 란
환불	trả lại	짜 라이
봉사료	phí phục vụ	피 푹 부

Unit 02 호텔

① 프런트
đại sảnh
다이 산

② 접수계원
tiếp tân
띠엡 떤

③ 도어맨
người canh cửa
응어이 깐 끄아

④ 벨보이
người vận chuyển
응어이 번 쭈엔

⑤ 사우나
phòng tắm hơi
퐁 땀 호이

⑥ 회의실
Phòng họp
퐁 홉

⑦ 레스토랑
nhà hàng
냐 항

⑧ 룸메이드
bạn cùng phòng
반 꿍 퐁

⑨ 회계
kế toán
께 또안

관련 대화

A : 호텔의 사우나는 어디 있나요?
Phòng tắm hơi ở đâu?
풍 땀 호이 어 더우

B : 직진해서 오른쪽으로 꺾으시면 돼요.
Đi thẳng, sau đó rẽ phải.
디 탕 사우 도 제 파이

A : 사우나는 공짜인가요?
Phòng tắm hơi là miễn phí phải không?
풍 땀 호이 라 미엔 피 파이 콩

B : 네, 그렇습니다.
Dạ vâng.
자 벙

Unit 03 숙소 종류

호텔
khách sạn
칵 산

캠핑
cắm trại
깜 짜이

게스트하우스
nhà khách
냐 칵

유스호스텔
nhà nghỉ thanh niên
냐 응이 타잉 리엔

민박
nhà trọ
냐 쩌

여관
nhà nghỉ
냐 응이

대학 기숙사
ký túc xá
기 뚝 싸

관련 대화

A : 호텔을 예약하려고요.

Tôi muốn đạt một phòng.
또이 무언 닷 못 퐁

B : 며칠이나 머무르실 거예요?

Anh[Chị] sẽ ở mấy ngày?
아인[찌] 세 어 머이 응아이

A : 5월1일 체크인해서 5월4일 체크아웃할 거예요.

Tôi sẽ nhận phồng ngày 1 thắng 5 và ngày 4 Thắng 5 sẽ trả phòng.
또이 세 년 퐁 응아이 못 탕 남 바 응아이 본 탕 남 세 짜 퐁

Unit 04 룸서비스

모닝콜
gọi thức giấc
고이 특 지약

세탁
giặt
쟛

다림질
ủi
우이

드라이클리닝
giặt khô
쟛 코

방 청소
dọn dẹp phòng
존 젭 퐁

식당 예약
đặt trước nhà hàng
닷 쯕 냐 항

안마
mát- xa
맛 싸

식사
bữa ăn
브아 안

미니바
bar nhỏ
바 뇨
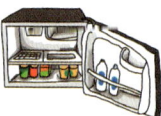

팁
tiền boa
띠엔 보아

관련 대화

A : 룸서비스를 부탁드립니다.
Tôi cần phục vụ phòng khách.
또이 껀 푹 부 퐁 카익

B : 네, 알겠습니다. 성함과 방번호가 어떻게 되세요?
Dạ vâng. Họ tên và số phòng là gì?
자 벙 호 뗀 바 소 퐁 라 지

A : 저는 제인이고요, 방번호는 22호입니다.
Tôi tên là Jane. Số phòng là số 22.
또이 뗀라 제인 소 퐁 라 소 하이므이 하이

Chapter 04 교통

Unit 01 탈것

비행기
máy bay
마이 바이

헬리콥터
máy bay trực thăng
마이 바이 쯔 탕

케이블카
cáp treo
깝 쩨오

여객선
thuyền chở khách
투엔 쯔 칵

요트
thuyền buồm nhẹ
투엔 부옴 녜

잠수함
tàu ngầm
따우 응엄

자동차
xe ô-tô
쎄 오또

버스
xe buýt
세 부잇

기차
xe lửa
쎄 르아

지하철
tàu điện ngầm
따우 디엔 응엄

자전거
xe đạp
쎄 답

트럭
xe tải
쎄 따이

크레인
cần trục
껀 쭉

모노레일
đường một ray
드엉 못 레이

소방차
xe cứu hỏa
쎄 끄 화

구급차
xe cấp cứu
쎄 껍 끄우

이층버스
xe buýt hai tầng
쎄 부잇 하이 떵

견인차
xe kéo
쎄 께오

고속버스
xe buýt cao tốc
쎄 부인 까오 똑

레미콘
xe bê tông tươi
쎄 베 통 뜨어이

순찰차
xe tuần tra
쎄 뚜언 짜

오토바이
xe máy
쎄마이

증기선
tàu thủy chạy bằng hơi nước
따우 투위 짜이 방 호이 느윽

지게차
xe nâng
쎄 넝

열기구
chiếc khinh khí cầu
찌엑 낀 키 꺼우

스포츠카
xe thể thao
쎄 테 타오

밴
xe tải loại nhỏ
쎄 따이 로아이 뇨

관련 대화

A : 출근할 때 어떻게 해요?
　　Khi đi làm, anh[chị] đi bằng gì?
　　키 디 람 아인[찌] 디 방 지

B : 지하철로요.
　　Tôi đi bằng tàu điện ngầm.
　　또이 디 방 따우 디엔 응엄

꼬리가 길면 밟힌다.
Đi đêm lắm cũng có ngày gặp ma.
디 뎀 람 꿈 꼬 응아이 갑 마

Unit 02 자동차 명칭 / 자전거 명칭

① 엑셀(가속페달)
bàn đạp
반 답

② 브레이크
phanh
판

③ 백미러
gương chiếu hậu
그엉 찌에우 허우

④ 핸들
tay lái
따이 라이

⑤ 클랙슨
còi điện
꼬이 디엔

⑥ 번호판
biển số xe
비엔 소 쎄

⑦ 변속기
hộp số
홉 소

⑧ 트렁크
túi du lịch
뚜이 주 릭

⑨ 클러치
bộ ly hợp
보 리 홉

① 안장
yên
이엔

② 앞바퀴
bánh xe trước
반 쎄 쯔억

③ 뒷바퀴
bánh xe sau
반 쎄 싸우

④ 체인
dây xích
저이 씩

⑤ 페달
bàn đạp
반 답

관련 대화

A : 트렁크 좀 열어주세요.
Xin mở rương xe hơi.
씬 모 즈엉 쎄 허이

B : 네, 열었습니다.
Dạ. Tôi mở rồi.
자 또이 머 조이

관련 단어

안전벨트	dây an toàn	저이 안 또안
에어백	túi khí	뚜이 키
배터리	pin	핀
엔진	động cơ	동 꼬
LPG	lpg	엘 피 지
윤활유	dầu bôi trơn	저우 보이 쫀
경유	dầu lửa	저우 르아
휘발유	xăng	쌍
세차	rửa xe	즈아 쎄

Unit 03 교통 표지판

양보
sự nhường
스 느엉

일시정지
tạm dừng
땀 중

추월금지
cấm vượt
껌 브엇

제한속도
tốc độ giới hạn
똑 도 저이 한

일방통행
đường một chiều
드엉 못 찌에우

주차금지
cấm đỗ xe
껌 도쎄

우측통행
đi bên phải
디 벤 파이

진입금지
cấm vào
껌 바오

유턴금지
cấm quay xe
껌 꽈이 쎄

낙석도로
đường đá lở
드엉 다 로

어린이 보호구역
khu vực bảo vệ trẻ em
쿠 북 바오 베 쩨 엠

관련 대화

A : 여기는 어린이 보호구역이네요.
   Đay là khu vực bảo hộ thiếu nhi.
   더이 라 쿠 븍 바오 호 티에우 니

B : 네, 그래서 주행속도를 낮춰야 해요.
   Vâng, vì vậy phải đi chậm.
   벙 비 버이 파이 디 쩜

말 한 마디로 천 냥 빚을 갚는다.
Lời nói gói vàng.
러이 노이 고이 방

Unit 04 방향

좌회전 rẽ trái 제 짜이		**우회전** rẽ phải 제 파이	
직진 đi thẳng 디 탕		**백(back)** đi lùi 디 루이	
유턴 quay xe 꾸아이 쎄		**동서남북** đông tây nam bắc 동 떠이 남 박	

관련 대화

A : 도서관은 어떻게 가나요?
   Đi thư viện thế nào?
   디 트 비엔 테 나오

B : 여기에서 직진하세요.
   Ở đây đi thẳng.
   어 더이 디 탕

관련 단어

후진하다	đi lùi	디 루이
고장 나다	bị hư	비 흐
(타이어가) 펑크 나다	bị thủng	비 퉁
견인하다	kéo	께오
갈아타다	đổi	도이
교통 체증	tắc đường	딱 드엉
주차위반 딱지	giấy phạt vi phạm đỗ xe	저이 팟 비 팜 도 쎄
지하철노선도	bản đồ tàu điện ngầm	반 도 따우디엔 응엄
대합실	phòng đợi	퐁 도이
운전기사	người lái xe	응어이 라이 쎄
운전면허증	bằng lái xe	방 라이 쎄
중고차	xe ô-tô cũ	쎄 오토 꾸

Unit 05 거리 풍경

신호등
đèn tín hiệu
덴 띤 히에우

횡단보도
lối sang đường
로이 상 드엉

주유소
trạm xăng dầu
짬 쌍 저우

인도
đường bộ hành
드엉 보 항

차도
đường xe chạy
드엉 쎄 짜이

고속도로
đường cao tốc
드엉 까오 똑

교차로
đường giao nhau
드엉 자오 냐우

지하도
đường hầm
드엉 험

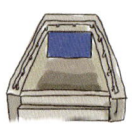

버스정류장
bến xe buýt
벤 쎄 부잇

방향표지판
biển báo
비엔 바오

육교
cầu chui
꺼우 쭈이

공중전화
điện thoại công cộng
디엔 토아이 꽁꽁

Chapter 05 관광

Unit 01 베트남 대표 관광지

요정의 샘물
Suối Tiên
수오이 띠엔

빈펄랜드
Vinpearl Land
빈펄 랜드

나짱
Nha Trang
냐 짱

하노이 레닌 공원
Công Viên Lênin
꽁비엔 레닌

호치민 동상
tượng đồng chủ tịch Hồ chí Minh
뜨엉 동 쭈 띡 호 치 민

베트남 역사 박물관
Bảo tàng lịch sử Việt Nam
바오 땅 릭스 비엣 남

타임스 스퀘어 사이공
Toà nhà Times Square
또아 냐 타임스 스퀘어

퐁고르 폭포
Thác Pongour
탁 퐁고르

용다리
Cầu Rồng
꺼우 종

푸꼭섬
đảo Phú Quốc
다오 푸 꾸옥

꾹프엉 국립공원
Vườn quốc gia Cúc Phương
브언 꾸옥 쟈 꾹 프엉

판시팡 산
núi Phan Xi Păng
누이 판 씨 팡

덤센 공원
Công viên Văn hoá Đầm Sen
꽁 비엔 반 화 덤 선

수오이 띠엔 놀이공원
Khu Du lịch Văn hóa Suối Tiên
쿠 주 릭 반 화 수오이 띠엔

퐁냐께방 국립공원
Vườn Quốc gia Phong Nha Kẻ Bàng
브언 꾸옥 쟈 퐁 냐 케 방

베트남 전쟁박물관
Bảo tàng Chứng tích Chiến tranh
바오 땅 쯩 띡 찌엔 짠

응옥선 사당
Đền Ngọc Sơn
덴 응옥 선

통일궁
Dinh Độc Lập
진 독 럽

일주사
Chùa Một Cột
쭈아 못 꼿

호이안 구도심
Phố cổ Hội An
포 꼬 호이 안

호안끼엠 호수
Hồ Hoàn Kiếm
호 호안 끼엠

노트르담 성당
Nhà thờ Đức Bà
냐 터 득 바

통일궁 대분수
Đài phun nước dinh Độc lập
다이푼 느억 진 독 럽

성 요셉 성당
Nhà Thờ Lớn
냐 터 런

서호
Hồ Tây
호 떠이

안남산맥
rặng núi Tam Đảo
장 누이 땀 다오

티엔무 사
Chùa Thiên Mụ
쭈아 티엔 무

깟바 섬
đảo Cát Bà
다오 깟 바

호치민시 인민위원회
Ủy ban Nhân dân Thành phố Hồ Chí Minh
우이 반 년 전 타잉 포 호 치 민

탕롱 황성
Hoàng Thành Thăng Long
호앙 타잉 탕 롱

후에성
Kinh thành Huế
낀 타잉 후에

오행산
Thắng cảnh Ngũ Hành Sơn
탕 깐 응우 한 선

황법사
Chùa Hoằng Pháp
쭈어 호앙 팝

화이트 샌드
Đồi Cát Trắng
도이 깟 짱

오페라 하우스
Nhà hát Thành Phố
냐 핫 타잉 포

한 다리
cầu Hàn
꺼우 한

사이공 동물원
Thảo Cầm Viên Sài Gòn
타오 껌 비엔 사이 공

바익마 국립공원
Vườn quốc gia Bạch Mã
브언 꾸옥 쟈 박익 마

천국의 동굴
Hang Thiên Đường
항 티엔 드엉

하롱베이
Vịnh Hạ Long
빈 하 롱

관련 대화

A : 베트남에서 제일 가볼 만한 곳은 어디인가요?
Ở Việt Nam, ở đâu tốt nhất?
어 비엣 남 어 더우 똣 녓

B : 저는 다낭이라고 생각해요. 그곳은 매우 흥미로운 도시예요.
Tôi nghĩ Đà Nẵng tốt nhất. Đó là một thành phố rất thú vị.
또이 응이 다 낭 똣 녓 도라 못 타잉 포 젓 투 비

Unit 02 볼거리(예술 및 공연)

연극
kịch
끽

가면극
mặt nạ diễn kịch
맛 나 지엔 끽

아이스쇼
chương trình trên băng
쯩 찐 쩬 방

서커스
xiếc
씨엑

발레
múa ba lê
무아 바 레

팬터마임
kịch câm
끽 껌

1인극
kịch một vai
끽 못 바이

난타
sự đánh bừa bãi
쓰 단 브아 바이

락 페스티벌
liên hoan nhạc rock
리엔 호안 냑 락

콘서트
buổi hòa nhạc
부오이 호아 냑

뮤지컬
Âm nhạc
엄 냑

클래식
âm nhạc cổ điển
엄 냑 꼬 디엔

오케스트라
ban nhạc
반 냑

마당놀이
trò chơi trên sân
쪼 쩌이 쩬 선

국악공연
sự diễn nhạc truyền thống
스 지엔 냑 쭈엔 통

🎵 관련 대화

A : 저는 뮤지컬을 좋아하는데 어디가 유명한가요?
Tôi thích Âm nhạc. Ở đâu nổi tiếng nhất?
또이 틱 엄 악 어 더우 노이 띠엥 녓

B : 제 생각에는 브로드웨이가 세계에서 가장 유명해요
Theo tôi, broadway nổi tiếng nhất thế giới.
테오 또이 브로드웨이 노이 띠엥 녓 테 저이

A : 아 그래요? 감사합니다.
Thế ạ? Cảm ơn.
테 아 깜 언

🎵 관련 단어

| 관객, 청중 | khán giả | 칸 지아 |

Unit 03 나라 이름

아시아(châu Á) 쩌우 아

대한민국(한국)
Hàn Quốc
한 꾸옥

베트남
Việt Nam
비엣 남

중국
Trung Quốc
쫑 꾸옥

일본
Nhật Bản
녓 반
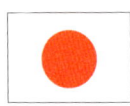

대만
Đài Loan
다이 로안

필리핀
Philippine
필리핀

인도네시아
Nam dương
남 즈엉

인도
Ân Độ
언 도

파키스탄
Pakistan
파키스탄

우즈베키스탄
Uzbekistan
우즈베키스탄

카자흐스탄
Kazakhstan
카자흐스탄

러시아
Nga
응아

몽골
Mông cổ
몽 꼬

태국
Thái Lan
타이 란

유럽(châu Âu) 쩌우 어우

스페인
Tây Ban Nha
떠이 반 냐

프랑스
Pháp
팝

포르투갈
Bồ Đào Nha
보 다오 냐

아이슬란드
Ai-xơ-len
아이 쏘 렌

스웨덴
Thụy Điển
투이 디엔

노르웨이
Na Uy
냐 우이

핀란드
Phần Lan
펀 란

아일랜드
Ai-rơ-len
아이 조 렌

영국
Anh
안

독일
Đức
득

라트비아
Latvia
라트비아

벨라루스
Belarus
벨라루스

우크라이나
Ukraina
우크라나

루마니아
Rumani
루마니

이탈리아
Ý
이

그리스
Hy Lạp
희 랍

북아메리카(Bắc Mỹ) 박 미

미국
Mỹ
미

캐나다
Canada
께나다

그린란드
đảo Greenland
다오 그린란드

남아메리카(Nam Mỹ) 남 미

멕시코
Mêxicô
메씨꼬

쿠바
Cuba
꾸바

과테말라
Guatemala
과테말라

베네수엘라
Venezuela
베네수엘라

에콰도르
Ê-cu-a-đo
에 꾸아 도

페루
Peru
페루

브라질
Brazin
브라진

볼리비아
Bolivia
볼리비아

파라과이
Paraguay
파라과이

칠레
Chilê
칠레

아르헨티나
Ác-hen-ti-na
악 헨 띠 나

우루과이
U-ru-guay
우 루 과이

중동(Trung đông) 쯩 동

터키(튀르키예)
Thổ Nhĩ Kỳ
토 니 끼

시리아
Syria
시리아

이라크
Irắc
이락

요르단
Jordan
조르단

이스라엘
Israel
이스라엘

레바논
Libăng
리방

오만
Oman
오만

아프가니스탄
Áp-ga- nix-tăng
압가 닉 땅

사우디아라비아
Ả rập Saođi
아 랍 사오디

아프리카(châu Phi.) 쩌우 피

모로코
Ma rốc
마 족

알제리
Algeria
알제리아

리비아
Lybi
리비

수단
Sudan
수단

나이지리아
Nigeria
나이지라아
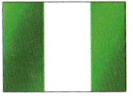

에티오피아
Ê-ti-ô-pi-a
에 띠 오 피아

케냐
Kenya
케냐

오세아니아(Châu Đại dương) 쩌우 다이 즈엉

오스트레일리아
Úc
욱

뉴질랜드
New Zealand
뉴질 랜드

피지
Fiji
피지

관련 대화

A : 당신은 어느 나라에 가고 싶어요?
Bạn muốn đi nước nào?
반 무언 디 느억 나오

B : 저는 프랑스에 가고 싶어요.
Tôi muốn đi nước Pháp.
또이 무언 디 느억 팝

A : 왜요?
Tại sao?
따이 사오

B : 왜냐하면 프랑스에는 아름다운 건물과 박물관이 많이 있기 때문입니다.
Tại vì ở nước Pháp có nhiều tòa nhà đẹp và bảo tàng.
따이 비 어 느억 팝 꼬 니에우 또아 냐 뎁 바 바오 땅

관련 단어

국가	quốc gia	꾹 지아
인구	dân số	젼 소
수도	thủ đô	투 도
도시	thành phố	타잉 포
시민	công dân	꽁 젼
분단국가	đất nước bị chia cắt	덧 느억 비 찌아 깟
통일	sự thống nhất	쓰 통 녓
민주주의	chủ nghĩa dân chủ	쭈 응이야 젼 쭈
사회주의	chủ nghĩa xã hội	쭈 응이야 싸오히
공산주의	chủ nghĩa Cộng sản	쭈 응이야 꽁 산
선진국	nước tiên tiến	느억 띠엔 띠엔
개발도상국	nước đang phát triển	느억 당 팟 찌엔
후진국	nước kém phát triển	느억 껨 팟 찌엔
전쟁	sự chiến tranh	쓰 찌엔 짠
분쟁	sự tranh cãi	스 짠 까이
평화	hòa bình	화 빈
고향	quê hương	꾸에 흐엉
이민	di dân	지 젼
태평양	Thái Bình Dương	타이 빈 즈엉
대서양	Đại Tây Dương	다이 떠이 즈엉
인도양	Ấn Độ dương	언도 즈엉
3대양	ba đại dương	바 다이 즈엉

7대주	bảy châu lục	바이 쩌우 룩

Unit 04 베트남 도시

하노이
Hà Nội
하 노이

호치민
Thành Phố Hồ Chí Minh
타잉 포 호 치 민

판티엣
Phan Thiết
판 티엣

나짱
Nha Trang
냐 짱

다낭
Đà Nẵng
다 낭

호이안
Hội An
호 이 안

사파
Sa Pa
사 파

하롱
Hạ Long
하 롱

후에
Huế
후에

달랏
Đà Lạt
다 랏

하이퐁
Hải Phòng
하이 퐁

붕따우
Vũng Tàu
붕 따우

동허이
Đồng Hới
동 허이

관련 대화

A : 하노이에 가본 적 있어요?
  Bạn đã đi thành phố Hà Nội chưa?
  반 다 디 타잉 포 하 노이 쯔어

B : 네, 가본 적이 있어요.
  Dạ rồi. Tôi đã đi rồi.
  자 조이 또이 다 디 조이

  아니요. 가본 적이 없어요.
  Chưa. Tôi chưa đi.
  쯔아 또이 쯔아 디

A : 하노이는 어때요?
  Thành phố Hà Nội thế nào?
  타잉 포 하 노이 테 나오

B : 너무 좋아요.
  Tốt lắm.
  똣 람

Part 3
비즈니스 단어

Chapter 01. 경제
Chapter 02. 회사
Chapter 03. 증권, 보험
Chapter 04. 무역
Chapter 05. 은행

Chapter 01 경제

값이 비싼
đắt
닷

값이 싼
rẻ
제

경기 불황
Kinh tế kho khăn
낀 떼 코 깐

경기 호황
kinh tế hịnh vượng
낀 떼 힌 브엉

수요
sự yêu cầu
쓰 이우 꺼우

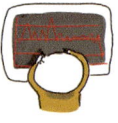

공급
sự cung cấp
쓰 꿍 껍

고객
khách hàng
칵 항

낭비
lãng phí
랑 피

도산, 파산
phá sản
파 산

불경기
thời kỳ khó khăn
터이 끼 코칸

물가 상승
giá cả tăng
쟈 까 땅

물가 하락
giá cả giảm
쟈 까 지엄

돈을 벌다
kiếm tiền
끼엠 띠엔

무역수지 적자
tổn thất
thương mại
똔 텃 트엉 마이

무역수지 흑자
lời thương mại
로이 트엉 마이

상업광고
quảng cáo
꽝 까오

제조/생산
sản xuất
산 쑤엇

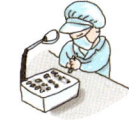

수입
thu nhập
투 녑

수출
xuất khẩu
쑤엇 커우

중계무역
thương mại
chuyển tiếp
쓰엉 마이 쭈엔 띠엡

수수료
tiền thù lao
띠엔 투 라오

이익
lợi ích
로이 익

전자상거래
thương mại
điện tử
트엉 마이 디엔 뜨

투자하다
đầu tư
더우 뜨

관련 대화

A : 미국의 전자상거래는 지금 완전히 포화상태인 거 같아요.

Thương mại điện tử cuả mỹ đang ở vào tình trạng bão hòa.

트엉 마이 디엔 뜨 꾸아 미 당 어 바오 띤 짱 바오 화

B : 그렇죠. 미국의 전자상거래는 지금 완전히 레드오션이에요.

Dạ vâng. Thương mại điện tử của mỹ đang ở vào đại dương đỏ.

자 벙 트엉 마이 디엔 뜨 꾸아 미 당 어 바오 다이 즈엉 도

관련 단어

독점권	quyền độc quyền	꾸엔 독 꾸엔
총판권	độc quyền	독 꾸엔
상표권	quyền đăng ký nhãn hiệu	꾸엔 당 끼 냔 히에우
상표권 침해	xâm phạm nhãn hiệu	썸 팜 냔 히에우
특허권	quyền sở hữu công nghiệp	꾸엔 소 흐 꽁 입
증명서	giấy chứng minh	자이 쯩 민
해외법인	chi nhánh nước ngoài	찌 냔 느억 응와이
자회사	công ty con	꽁 띠 콘
사업자등록증	giấy đăng ký kinh doanh	져이 당 끼 낀 요안

레드오션전략	chiến lược đại dương đỏ	찌엔 르억 다이 즈엉 도
블루오션전략	chiến lược đại dương xanh	찌엔 르억 다이 즈엉 싸잉
퍼플오션전략	chiến lược đại dương tím	찌엔 르억 다이 즈엉 띰
가격 인상	tăng giá	땅 쟈
포화상태	tình trạng bão hòa	띤 짱 바오 화
계약	hợp đồng	홉 동
합작	sự hợp tác	쓰 홉 딱
할인	sự giảm giá	쓰 잠 쟈
성공	thành công	탕 꽁
실패	thất bại	텃 바이
벼락부자 (갑자기 부자가 된 사람을 뜻하는 신조어)	người mới phát lên	응어이 보이 팟 렌

Chapter 02 회사

Unit 01 직급, 지위

회장
chủ tịch
쭈 띡

사장
giám đốc
쟘 독

부사장
phó giám đốc
포 쟘 독

부장
trưởng phòng
쯔엉 퐁

차장
phó trưởng phòng
포 쯔엉 퐁

과장
trưởng chuyền
쯔엉 쭈엔

대리
phó chuyền
포 쭈엔

주임
chủ nhiệm
쭈 니엠

사원
nhân viên
년 비엔

상사
người cấp trên
응어이 까오 쩬

동료
đồng liêu
동 리에우

부하
nhân viên cấp dưới
년 비엔 껍 즈어이

신입사원
nhân viên mới
년 비엔 머이

계약직
nhân viên hợp đồng
년 비엔 홉 동

정규직
nhân viên chính quy
년 비엔 찐 뀌

관련 대화

A : 제임스 씨 승진을 축하합니다.
Anh James! Chúc mừng thăng chức.
안 제임스 쭉 믕 탕 쯕

B : 모두 도와주신 덕분이에요.
Cảm ơn, tất cả là nhờ tôi giúp cho.
깜 언 떳 까 라 뇨 또이 줍 쪼

관련 단어

임원	lãnh đạo	란 다오
고문	cố vấn	꼬 번
전무	giám đốc điều hành	잠 독 디에우 항
상무	phó giám đốc điều hành	포 잠 독 디에우 항
대표	đại biểu	다이 비에우

Unit 02 부서

구매부 bộ phận thu mua 보 펀 투 무아	**기획부** bộ phận kế hoạch 보 펀 께 확
총무부 bộ phận hành chính 보 펀 항 찐	**연구개발부** bộ phận nghiên cứu phát triển 보 펀 응이엔 끄우 팟 찌엔
관리부 bộ phận quản lí 보 펀 꽌 리	**회계부** bộ phận kế toán 보 펀 께 또안
영업부 bộ phận buôn bán 보 펀 부온 반	**인사부** bộ phận nhân sự 보 펀 년 쓰

홍보부
bộ phận quảng bá
보 펀 꽝 바

경영전략부
bộ phận chiến lược kinh doanh
보 펀 찌엔 르억 낀 조안

해외영업부
bộ phận buôn bán nước ngoài
보 펀 부온 반 느억 응와이

관련 대화

A : 저는 어느 부서에 지원을 하는 게 좋을 거 같아요?
Bạn nghĩ tôi tình nguyện bộ phần nào?
반 응이 또이 띤 응우엔 보 펀 나오

B : 당신은 사교적이라 영업부에 지원하면 좋을 것 같아요.
Vì bạn dị giáo thì tình nguyện bộ phận buôn bán
비 반 지 자오 티 띤 응우엔 보 펀 부온 반

Unit 03 근무시설 및 사무용품

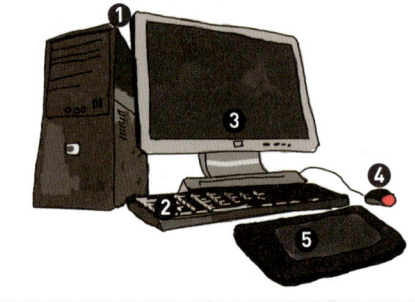

① 컴퓨터
máy vi tính
마이 비 띤

② 키보드
bàn tính
반 띤

③ 모니터
màn hình máy vi tính
만 힌 마이 비 띤

④ 마우스
chuột
쭈옷

⑤ 태블릿
máy tính bảng
마이 띤 방

① 노트북
máy tính xách tay
마이 띤 싹 따이

② 책상
bàn
판

③ 서랍
ngăn kéo
응안 께오

④ 팩스
fax / máy fax
팩스 / 마이 빡스

⑤ 복사기
máy phô tô
마이 포 토

⑥ 전화기
điện thoại
디엔 토아이

⑦ A4용지
giấy A4
져이 아 본

⑧ 스캐너
máy quét
마이 꾸엣

⑨ 계산기
máy tính
마이 띤

⑩ 공유기
internet không dây
인터넷 콩 저이

⑪ 일정표
bảng chương trình
방 쯩 찐

⑫ 테이블
bàn
반

⑬ 핸드폰
điện thoại di động
디엔 토아이 지 동

⑭ 스마트폰
điện thoại thông minh
디엔 토아이 통 민

관련 대화

A : 컴퓨터가 아침부터 계속 안 되네요.
Từ buổi sáng tôi không khởi động máy vi tính được.
뜨 부오이 상 또이 콩 코이 동 마이 비 띤 드억

B : 재부팅해보는 게 어때요?
Anh[Chị] khởi động lại máy vi tính thế nào?
아인[찌] 코이 동 라이 마이 비 띤 테 나오

관련 단어

재부팅	khởi động lại	코이 동 라이
아이콘	biểu tượng	비에우 쯔엉
커서	con trỏ	꼰 쩌
클릭	nhấp chuột	녑 쭈옷
더블클릭	nhấp chuột 2 lần	녑 쭈옷 하이런
홈페이지	homepage	홈 페이지
메일주소	địa chỉ e-mail	디아 찌 이 메일
첨부파일	tệp tin	뗍 띤
받은편지함	thùng thư nhận e-mail	퉁 트 년 이메일
보낸편지함	thùng thư gửi e-mail	퉁 브 그이 이메일
스팸메일	tin nhắn rác hết	띤 냔 작 헷
댓글	bình luận	빈 루언
방화벽	tường chống lửa	뜨엉 쫑 르아

Unit 04 근로

고용하다
tuyển dụng
쭈엔 줌

고용주
người thuê lao động
증어이 투에 라오 동

임금/급료
tiền lương
띠엔 르엉

수수료
tiền thù lao
띠엔 투 라오

해고하다
sa thải
싸 타이

인센티브
khuyến khích
쿠엔 킥

승진
sự thăng chức
끄 탕 쯕

출장
công tắc
꽁 탁

회의
cuộc họp
쭈옥 홉

휴가
kỳ nghỉ
끼 응이

출근하다
đi làm
디 람

퇴근하다
đi làm về
디 람 베

조퇴하다
sớm lui
섬 루이

지각하다
đi trễ
디 쩨

잔업
việc ngoài giờ
비엑 응와이 져

연봉
lương năm
르엉 남

이력서
bản lý lịch
반 리 릭

가불
trả trước
짜 쯔억

은퇴
về hưu
베 흐우

회식
liên hoan
리안 호안

관련 대화

A : 오늘 회식이니 모두 참석해주시기 바랍니다.
Hôm nay có liên hoan thì mọi người đều tham gia nhé!
홈 나이 꼬 리엔 호안 티 모이 응어이 데우 탐 쟈 녜

B : 네 알겠습니다.
Dạ vâng.
자 벙

관련 단어

연금	Tiền cấp dưỡng	띠엔 껍 즈영
보너스	tiền thưởng	띠엔 트엉
월급날	ngày lĩnh lương	응아이 린 르엉
아르바이트	làm thêm	람 템
급여 인상	tăng lương	땅 르엉

Chapter 03 증권, 보험

증권거래소
trạm giao dịch chứng khoán
짬 자오 딕 쯩 코안

증권중개인
người giao dịch chứng khoán
응어이 자오 직 쯩 코안

주주
cổ đông
꼬 동

주식, 증권
cổ phiếu
꼬 피에우

배당금
cổ tức
꼬 뜩

선물거래
giao dịch phái sinh
자오 직 파이 신

주가지수
chỉ số giá cổ phiếu
찌 소 쟈 꼬 피에우

장기채권
trái phiếu trường kỳ
짜이 피에우 쯔엉 끼

보험계약자
người ký hợp đồng bảo biểm
응어이 끼 홉 동 바오 비엠
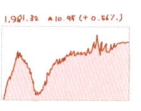

보험회사
công ty bảo hiểm
꽁띠 바오 히엠

보험설계사
người bán bảo hiểm
응어이 반 바오 히엠

보험에 들다
đăng ký bảo hiểm
당 끼 바오 히엠

보험증서
chứng từ bảo hiểm
쯩 뜨 바오 히엠

보험약관
điều khoản bảo hiểm
디에우 코안 바오 히엠

보험료
phí bảo hiểm
피 바오 히엠

보험금 청구
đòi tiền bảo hiểm
도이 띠엔 바오 히엠

피보험자
người được bảo hiểm
응어이 드억 바오 히엠

관련 대화
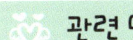

A : 주식을 사려고 하는데 무엇을 해야 할까요?
Tôi muốn mua cổ phần. Tôi sẽ làm gì?
또이 무언 무아 꼬 펀 또이 세 람지

B : 글쎄요. 저는 주식에 대해선 아는 게 전혀 없어요.
Xem nào. Tôi không biết về cổ phần gì cả.
쌤 나오 또이 콩 비엣 베 꼬 펀 지 까

관련 단어

일반양도증서	chứng từ chuyển nhượng nói chung	쯩 뜨 쭈엔 느엉 노이 쭝
파생상품	phái sinh tài chính	파이 신 따이 찐
보험해약	hủy hợp đồng bảo hiểm	후이 홉 동 바오 히엠
보험금	tiền bảo hiểm	띠엔 바오 히엠
투자자	nhà đầu tư	냐 더우 뜨
투자신탁	ủy quyền đầu tư	우이 꾸엔 더우 뜨
자산유동화	lưu động hóa tư sản	르우 동 화 뜨 산
유상증자	tăng vốn trực tiếp	땅 본 뜩 띠엡
무상증자	tăng vốn gián tiếp	땅 본 지안 띠엡
주식액면가	mệnh giá cổ phần	멘 쟈 꼬 펀
기관투자가	nhà đầu tư tổ chức	냐 더우 뜨 쪽

Chapter 03 증권, 보험

Chapter 04 무역

물물교환
sự đổi chác
쓰 도이 짝

구매자, 바이어
người mua
응어이 무아

클레임
khiếu nại
키에우 나이

덤핑
bán hạ hàng
반 하 항

수출
xuất khẩu
쑤엇 커우

수입
nhập khẩu
녑 커우

선적
sự chất hàng
쓰 쩟 항

무역 보복
trả thù thương mại
짜 투 트엉 마이

주문서
giấy đặt hàng
져이 닷 항

신용장(LC)
thư tín dụng
트 띤 중

• 270

관세
thuế quan
투에 꽌

부가가치세
thuế giá trị gia tăng
투에 쟈 찌 쟈 땅

세관
thuế quan
투에 꽌

관세사
khai thuế hải quan
카이 투에 하이 꽌

보세구역
cửa khẩu
끄아 커우

관련 대화

A : 한국에 수입되는 자동차의 관세는 평균 10퍼센트예요.

Thuế quan nhập khẩu xe ô tô ở Hàn Quốc trung bình là 10 phần trăm.
투에 꽌 녑 커우 쎄 오또 어 한 꾹 쭝 빈 라 므이 펀 짬

B : 수입자동차가 비싼 이유군요.

Đó là một lý do xe nhập khẩu giá đắt.
도 라 못 리 조 세 녑 커우 자 닷

관련 단어

박리다매	lãi ít bán nhiều	라이 잇 반 니에우
컨테이너	container	컨테이너
무역회사	công ty thương mại	꽁 띠 트엉 마이
응찰	đấu thầu	더우 터우
포장명세서	bảng đóng gói	방 동 고이
송장	hóa đơn	화 던

Chapter 05 은행

신용장
thư tín dụng
트 띤 중

주택담보대출
thế chấp
테 쩝

이자
lãi suất
라이 쑤엇

대출
sự cho thuê
쓰 쪼 투에

입금하다
nhận tiền
년 띠엔

출금하다
rut tiền
룻 띠엔

통장
sổ
소

송금하다
chuyển khoản
쭈엔 코안
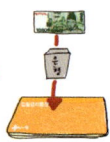

현금인출기
atm
아 떼 엠
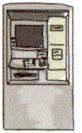

수표
ngân phiếu
응언 피에우

온라인 송금
chuyển khoản online
쭈엔 코안 온라인

외화 송금
chuyển khoản ngoại tệ
쭈엔 코안 응와이 떼

환전
sự đổi tiền
쓰 도이 띠엔

신용등급
xếp hạng tín dụng
쎕 항 띤 중

관련 대화

A : 주택담보대출로 집을 사고 싶은데요.
Tôi muốn mua bằng thế chấp nhà.
또이 무언 무아 방 테 쩝 냐

B : 네, 신용등급이 높아서 가능하십니다. 잠시만 기다려보세요.
Dạ Vâng. Xếp hạng tín dụng của anh[chị] cao thì được. Xin chờ một chút.
자 벙 쌉 항 띤 중 꾸아 아인[찌] 까오 티 드억 씬 쪼 못 쭛

관련 단어

매매기준율	tỷ lệ mua bán cơ bản	띠 레 무아 반 꼬 반
송금환율	chuyển tiền hối đoái	쭈엔 띠엔 호이 도아이
현찰매도율	tỷ lệ bán tiền mặt	띠 렌 반 띠엔 맛
현찰매입률	tỷ lệ mua tiền mặt	띠 레 무아 띠엔 맛
신용카드	thẻ tín dụng	테 띤 중
상환	sự trả lại	쓰 짜 라이
연체된	bị chậm trả tiền	비 쩜 짜 띠엔
고금리	lãi suất cao	라이 쑤엇 까오
저금리	lãi suất thấp	라이 쑤엇 텁
담보	sự thế chấp	쓰 테 쩝
주택저당증권	chứng khoán có đảm bảo bằng thế chấp	쭝 코안 꼬 담 바오 방 테 쩝
계좌	tài khoản	따이 코안
적금	tiền tiết kiệm	띠엔 띠엣 끼엠

컴팩트

단어장

Part 01. 일상생활 단어
Part 02. 여행 단어
Part 03. 비즈니스 단어

Part 1 일상생활 단어

Chapter 01. 개인소개

Unit 01 성별, 노소   22쪽

여자	phụ nữ	푸 느
남자	phụ nữ	남
노인	lão nhân	라오 년
중년	trung niên	쭝 니엔
소년	chàng trai	짱 짜이
소녀	thiếu nữ	티에우 느
청소년	thanh thiếu niên	타잉 티에우 니엔
임산부	phụ nữ mang thai	푸 느 망 타이
어린이	thiếu nhi	티에우 니
미취학 아동	trẻ em chưa đi học	쩨 엠 쯔어 디 혹
아기	em bé	엠 베

Unit 02 가족   23쪽
친가

친할아버지	ông nội	옹 노이
친할머니	bà nội	바 노이
고모	cô	꼬
고모부	dượng	즈엉
큰아버지	bác	박
큰어머니	bác gái	박 가이
작은아버지(삼촌)	chú	쭈
숙모	thím	팀
아버지(아빠)	cha(bố)	짜(보)
어머니(엄마)	mẹ	메
사촌형/사촌오빠/	anh họ	아잉 호
사촌누나/사촌언니/	chị họ	찌 호
사촌남동생	em trai họ	엠 짜이 호
사촌여동생	em gái họ	엠 가이 호

외가   24쪽

외할아버지	ông ngoại	옹 응와이
외할머니	bà ngoại	바 응와이
외삼촌	cậu	꺼우
외숙모	mợ	머
이모	dì	지
이모부	dượng	즈엉
어머니(엄마)	mẹ	메
아버지(아빠)	cha(bố)	짜(보)
사촌형/사촌오빠/	anh họ	아잉 호
사촌누나/사촌언니/	chị họ	찌 호
사촌남동생	em trai họ	엠 짜이 호
사촌여동생	em gái họ	엠 가이 호

가족   25쪽

아버지(아빠)	cha(bố)	짜(보)
어머니(엄마)	mẹ	메
언니/누나	chị	찌
형부/매형/매부	anh rể	아잉 제
오빠/형	anh	아잉
새언니/형수	chị dâu	찌 저우
남동생	em trai	엠 짜이
제수/올케	em dâu	엠 저우
여동생	em gái	엠 가이
제부/매제	em rể	엠 제
나(부인)	tôi(vợ)	또이(버)
남편	chồng	쫑
여자조카	cháu gái	짜우 가이
남자조카	cháu trai	짜우 짜이
아들	con trai	꼰 짜이
며느리	dâu	저우
딸	con gái	꼰 가이
사위	con rể	꼰 제
손자	cháu trai	짜우 짜이
손녀	cháu gái	짜우 가이

관련 단어 27쪽

외동딸	con gái một	꼰 가이 못
외동아들	con trai một	꼰 짜이 못
결혼하다	kết hôn	껫 혼
이혼하다	ly hôn	리 혼
신부	cô dâu	꼬 저우
신랑	chú rể	쭈 레
면사포	khăn voan cưới	칸 보언 끄어이
약혼	ước hôn	윽 혼
독신주의자	người theo chủ nghĩa độc thân	응어이 테오 쭈 응이아 독 턴
과부	goá phụ	과 푸
기념일	ngày kỷ niệm	응아이 끼 니엠
친척	họ hàng	호 항

Unit 03 삶(인생) 28쪽

태어나다	sinh ra	신 자
백일	tiệc trăm ngày	띠엑 짬 응아이
돌잔치	tiệc thôi nôi	띠엑 토이 노이
유년시절	khi nhỏ	키 뇨
학창시절	khi học sinh	키 혹 신
첫눈에 반하다	yêu từ cái nhìn đấu tiên	이우 뜨 까이 닌 더우 띠엔
삼각관계	tình tay ba	띤 따이 바
이상형	mẫu người lý tưởng	머우 응어이 리 뜨엉
사귀다	hẹn hò	헨 호
연인	người yêu	응어이 이에우
여자친구	bạn gái	반 가이
남자친구	bạn trai	반 짜이
이별	chia tay	찌아 따이
재회	gặp lại	갑 라이
청혼	cầu hôn	꺼우 혼
약혼하다	ước hôn	윽 혼

결혼하다	kết hôn	껫 혼
신혼여행	du lịch tuần trăng mật	쥬 릭 뚜언 짱 멋
임신	mang thai	망 타이
출산	sinh nở	신 너
득남하다	sinh con trai	신 꼰 짜이
득녀하다	sinh con gái	신 꼰 가이
육아	nuôi dạy trẻ	누오이 저이 쩨
학부모	phụ huynh học sinh	푸 후잉 혹 신
유언	di chúc	지 쭉
사망	cái chết	까이 쩻
장례식	lễ tang	레 땅
천국에 가다	lên thiên đường	렌 티엔 드엉

관련 단어 30쪽

어린 시절	khi nhỏ	키 뇨
미망인	góa phụ	과 푸
홀아비	góa vợ	과 버
젊은	trẻ	쩨
늙은	già	쟈

Unit 04 직업 31쪽

간호사	y tá	이 따
약사	dược sĩ(ỹ)	즉 시
의사	bác sĩ(ỹ)	박 씨
가이드	hướng dẫn viên	흐엉 전 비엔
선생님/교사	(남) thầy giáo / (여) cô giáo	터이 쟈오 / 꼬 쟈오
교수	giáo sư	쟈오 스
가수	ca sĩ(ỹ)	까 시
음악가	nhạc sĩ(ỹ)	냑 시
화가	họa sĩ(ỹ)	화 시
소방관	lính cứu hỏa	린 끄우 화
경찰관	cảnh sát	깐 삿

공무원	viên chức nhà nước	비엔 쯕 냐 느억
요리사	đầu bếp	더우 벱
디자이너	người thiết kế	응어이 티엣 께
승무원	tiếp viên hàng không	띱 비엔 항 콩
판사	quan tòa	꽌 또아
검사	ủy viên công tố	우이 비엔 꽁 또
변호사	luật sư	루엇 스
사업가	nhà doanh nghiệp	냐 죠안 니엡
회사원	nhân viên công ty	년 비엔 꽁 띠
학생	học sinh	혹 신
운전기사	tài xế	따이 세
농부	nông dân	농 년
가정주부	nội trợ	노이 쩌
작가	nhà văn	냐 반
정치가	chính trị gia	찐 찌 쟈
세일즈맨	người bán hàng	응어이 반 항
미용사	chuyên viên sắc đẹp	쭈엔 비엔 싹 뎁
군인	quân nhân	꾸언 년
은행원	nhân viên ngân hàng	년 비엔 응언 항
엔지니어	kỹ sư	끼 스
통역원	thông dịch viên	통 직 비엔
비서	thư ký	트 끼
회계사	nhân viên kế toán	년 비엔 께 또안
이발사	thợ cắt tóc	터 깟 똑
배관공	thợ sửa ống nước	터 스어 옹 느억
수의사	bác sĩ thú y	박 씨 투 이
건축가	kiến trúc sư	끼엔 쭉 스
편집자	biên tập viên	비엔 떱 비엔
성직자	giáo sĩ	쟈오 시
심리상담사	nhà tham vấn tâm lý	냐 탐 번 떰 리
형사	cảnh sát hình sự	깐 삿 힌 스
방송국 PD	đạo diễn chương trình	다오 지엔 쯩 찐
카메라맨	người quay phim	응어이 꽈이 핌
예술가	nghệ sĩ	녜 시
영화감독	đạo diễn phim	다오 지엔 핌
영화배우	diễn viên điện ảnh	지엔 비엔 디엔 아잉
운동선수	vận động viên	반 동 비엔
목수	thợ mộc	터 목
프리랜서	người làm việc tự do	응어이 람 비엑 뜨 죠

Unit 05 별자리   35쪽

양자리	Bạch Dương	박 즈엉
황소자리	Kim Ngưu	킴 으우
쌍둥이자리	Song Tử	송 뜨
게자리	Cự Giải	끄 쟈이
사자자리	Sư Tử	스 뜨
처녀자리	Xử Nữ	쓰 느
천칭자리	Thiên Bình	띠엔 빈
전갈자리	Hổ Cáp	호 깝
사수자리	Nhân Mã	년 마
염소자리	Ma Két	마 껫
물병자리	Bảo Bình	바오 빈
물고기자리	Song Ngư	송 응으

Unit 06 혈액형   36쪽

A형	nhóm máu A	놈 마우 아
B형	nhóm máu B	놈 마우 베
O형	nhóm máu O	놈 마우 오
AB형	nhóm máu AB	놈 마우 아베

관련 단어 36쪽

피	máu	마우
헌혈	hiến máu	히엔 마우
혈소판	tiểu cầu	띠에우 꺼우
혈관	mạch máu	막 마우
적혈구	hồng cầu	홍 꺼우

Unit 07 탄생석 37쪽

가넷	ngọc hồng lựu	응옥 홍 르우
자수정	thạch anh tím	탁 아잉 띰
아쿠아마린	ngọc biển xanh	응옥 비엔 싼
다이아몬드	kim cương	킴 끄엉
에메랄드	ngọc lục bảo	응옥 룩 바오
진주	ngọc trai	응옥 짜이
루비	hồng ngọc	홍 응옥
페리도트	ngọc Peridot	응옥 페리도트
사파이어	đá Sapphire	다 사파이어
오팔	ngọc mắt mèo	응옥 맛 메오
토파즈	hoàng ngọc	황 응옥
터키석	ngọc lam	응옥 람

Unit 08 성격 38쪽

명랑한	hoạt bát	호앗 밧
상냥한	mềm mỏng	멤 멍
친절한	thân thiện	턴 티엔
당당한	đường đường	드엉 드엉
야무진	khéo tay	케오 따이
고상한	cao quý	까오 뀌
대범한	hào phóng	하오 퐁
눈치가 빠른	nhanh mắt	냔 맛
솔직한	thật thà	텃 타
적극적인	tích cực	띡 끅
사교적인	mang tính giao thiệp	망 띤 쟈오 띠엡
꼼꼼한	cẩn thận	껀 턴
덜렁거리는	cẩu thả	꺼우 타
겁이 많은	nhát gan	냣 간
보수적인	bảo thủ	바오 투
개방적인	cởi mở	꺼이 머
뻔뻔한	trơ trẽn	쩌 쩬
심술궂은	ngang bướng	응앙 브엉
긍정적인	khẳng định	캉 딘
부정적인	phủ định	푸 딘
다혈질인	nóng nảy	농 나이
냉정한	lạnh lùng	란 룽
허풍 떠는	khoác lác	코악 락
소심한	tiểu tâm	띠에우 떰
소극적인	tiêu cực	띠에우 끅
너그러운	rộng rãi	종 자이
겸손한	khiêm tốn	끼엠 똔
진실된	chân thành	쩐 타잉
동정심이 많은	từ bi	뜨 비
인정이 많은	nhân hậu	년 허우
버릇없는	bất lịch sự	벗 릭 스
잔인한	tàn nhẫn	딴 년
거만한	ngạo mạn	응아오 만
유치한	trẻ con	쩨 꼰
내성적인	hướng nội	흐엉 노이
외향적인	hướng ngoại	흐엉 응오아이

관련 단어 41쪽

성향	khuynh hướng	쿠인 흐엉
기질	tố chất	또 쩟
울화통	cơn giận	껀 젼
성격	tính cách	띤 까익
인격	nhân cách	년 까익
태도	thái độ	타이 도
관계	quan hệ	꽌 해
말투	cách nói	까익 노이

표준어	tiếng chuẩn	띠엥 쭈언
사투리	tiếng địa phương	띠엥 디아 프엉

Unit 09 종교   42쪽

천주교	Thiên chúa giáo	티엔 쭈어 쟈오
기독교	Công giáo	꽁 쟈오
불교	Phật giáo	팟 쟈오
이슬람교	Hồi giáo	호이 쟈오
유대교	Do thái giáo	조 타이 쟈오
무교	Không tôn giáo	콩 똔 쟈오

관련 단어   43쪽

성당	nhà thờ công giáo	냐 터 꽁 쟈오
교회	nhà thờ	냐 터
절	chùa	쭈어
성서/성경	thánh kinh	타잉 킨
경전	kinh điển phật giáo	킨 디엔 팟 쟈오
윤회, 환생	luân hồi	루언 호이
전생	kiếp trước	키엡 쯔억
성모마리아	Thánh Mẫu Maria	타잉 마우 마리아
예수	chúa Jêsu	쭈어 제수
불상	tượng Phật	뜨엉 팟
부처	Phật tổ	팟 또
종교	tôn giáo	똔 쟈오
신부	linh mục	린 묵
수녀	nữ tu (sĩ)	느 뚜
승려	nhà sư	냐 스
목사	mục sư	묵 스

Chapter 02 신체

Unit 01 신체명   44쪽

머리	đầu	더우
눈	mắt	맛
코	mũi	무이
입	miệng	미엥
이	răng	장
귀	tai	따이
목	cổ	꼬
어깨	vai	바이
가슴	ngực	윽
배	bụng	붕
손	bàn tay	반 따이
다리	chân	쩐
무릎	đầu gối	더우 고이
발	bàn chân	반 쩐

등	lưng	릉
머리카락	tóc	똑
팔	cánh tay	깐 따이
허리	eo	에오
엉덩이	mông	몽
발목	cổ chân	꼬 쩐

턱수염	râu	러우
구레나룻	râu quai nón	러우 꽈이 논
눈꺼풀	mí mắt	미 맛
콧구멍	lỗ mũi	로 무이
턱	cằm	깜
눈동자	con ngươi	꼰 응어이
목구멍	họng	홍
볼/뺨	gò má	고 마
배꼽	rốn	론
손톱	móng tay	몽 따이
손목	cổ tay	꼬 따이
손바닥	lòng bàn tay	롱 반 따이
혀	lưỡi	르어이
피부	da	자
팔꿈치	gót chân	곳 쩐

갈비뼈	xương sườn	쓰엉 쓰언
고막	màng nhĩ	망 니
달팽이관	ốc tai	옥 따이
뇌	não	나오
폐	phổi	포이
간	gan	간
심장	trái tim	짜이 띰
다리뼈	xương chân	쓰엉 쩐
근육	cơ bắp	꺼 밥
위	dạ dày	자 자이
대장	đại tràng	다이 짱
식도	thực quản	특 꽌

관련 단어 47쪽

건강한	khỏe	코에
근시	cận thị	껀 티
난시	loạn thị	로안 티
대머리	hói đầu	호이 더우
동맥	động mạch	동 마익
정맥	tĩnh mạch	띤 마익
맥박	mạch	마익
체중	cân nặng	껀 낭
세포	tế bào	떼 바오
소화하다	tiêu hóa	띠에우 화
시력	thị lực	티 륵
주름살	nhăn	냔
지문	vân tay	번 따이

Unit 02 병명 49쪽

천식	bệnh hen suyễn	벤 핸 수옌
고혈압	cao huyết áp	까오 후옛 압
소화불량	khó tiêu hóa	코 띠에우 화
당뇨병	bệnh tiểu đường	벤 띠에우 드엉
생리통	đau bụng kinh	다우 붕 낀
알레르기	dị ứng	지 응
심장병	bệnh tim	벤 띰
맹장염	viêm ruột thừa	비엠 루옷 트어
위염	viêm dạ dày	비엠 자 자이
배탈	đau bụng	다우 붕
감기	cảm	깜
설사	tiêu chảy	띠에우 짜이
장티푸스	thương hàn	트엉 한
결핵	bệnh lao	벤 라오
고산병	chứng say độ cao	쯩 사이 도 까오
광견병	bệnh dại	벤 쟈이
뎅기열	sốt xuất huyết Dengue	솟 쑤엇 후엣 뎅기
저체온증	chứng giảm thân nhiệt	쯩 잠 턴 니엣
폐렴	viêm phổi	비엠 포이
식중독	ngộ độc thức ăn	응오 독 특 안
기관지염	viêm phế quản	비엠 페 꽌
열사병	bệnh say nắng	비엠 사이 낭
치통	đau răng	다우 장
간염	viêm gan	비엠 간
고열	sốt cao	솟 까오
골절	gãy	가이
기억상실증	bệnh mất trí nhớ	벤 맛 찌 노
뇌졸중	tai biến mạch máu não	따이 벤 마익 마우 나오
독감	cảm nặng	깜 낭
두통	đau đầu	다우 더우
마약중독	nghiện ma tuý	니엠 마 뚜이
불면증	chứng mất ngủ	쯩 맛 응우
비만	béo phì	베오 피

거식증	chán ăn do thần kinh	짠 안 조 턴 낀
우두	bệnh đậu mùa	베잉 더우 무어
암	bệnh ung thư	벤 응 투
천연두	bệnh đậu mùa	벤 더우 무어
빈혈	bệnh thiếu máu	벤 티에우 마우

관련 단어 52쪽

가래	đờm	덤
침	nước bọt	느 벗
열	nhiệt	니엣
여드름	mụn	문
블랙헤드	mụn đầu đen	문 더우 덴
알레르기 피부	da dị ứng	자 지 웅
콧물이 나오다	chảy nước mũi	짜이 느 무이
눈물	nước mắt	느 맛
눈곱	gỉ mắt	지 맛
치질	bệnh trĩ	벤 찌
모공	lỗ chân lông	로 쩐 롱
각질	chất sừng	쩟 승
피지	bã nhờn	바 년
코딱지	gỉ mũi	지 무이

Unit 03 약명 53쪽

아스피린	thuốc át-pi-rin	투옥 앗 피 린
소화제	thuốc tiêu hóa	투옥 띠에우 화
제산제	thuốc kháng acid	투옥 캉 에 시드
반창고	băng cá nhân	방 까 년
수면제	thuốc ngủ	투옥 응우
진통제	thuốc giảm đau	투옥 잠 다우
해열제	thuốc hạ sốt	투옥 하 솟
멀미약	thuốc say xe	투옥 사이 쎄
기침약	thuốc ho	투옥 호
지혈제	thuốc cầm máu	투옥 껌 마우
소염제	thuốc chống viêm	투옥 쫑 비엠
소독약	thuốc sát trùng	투옥 삿 쭝
변비약	thuốc trị táo bón	투옥 찌 따오 번
안약	thuốc mắt	투옥 맛
붕대	băng bó	방 보
지사제	thuốc tiêu chảy	투옥 띠에우 짜이
감기약	thuốc cảm	투옥 깜
비타민	vi-ta-min	비 따 민
영양제	thuốc dinh dưỡng	투옥 진 즈엉
무좀약	thuốc viêm da	투옥 비엠 자

관련 단어 55쪽

건강검진	kiểm tra sức khoẻ	끼엠 짜 슥 코에
내과의사	bác sĩ nội	박 씨 노이
노화	lão hóa	라오 화
면역력	khả năng miễn dịch	카 낭 미엔 직
백신(예방)접종	tiêm phòng	띠엠 퐁
병실	phòng y tế	퐁 이 떼
복용량	liều lượng	리에우 르엉
부상	vết thương	벳 뜨엉
부작용	tác dụng phụ	딱 중 푸
산부인과 의사	bác sĩ khoa sản	박 시 콰 산
낙태	nạo phá thai	나오 파 타이
소아과 의사	bác sĩ nhi khoa	박 시 니 콰
식욕	thèm ăn	템 안

식이요법	phương pháp ăn kiêng	프엉 팝 안 끼엥
수술	mổ xẻ	모 쎄
외과의사	bác sĩ khoa ngoại	박 시 콰 응아이
치과의사	bác sĩ nha khoa	박 시 냐 콰
약국	nhà thuốc	냐 투옥
약사	dược sĩ	즈억 시
의료보험	bảo hiểm y tế	바오 히엠 이 떼
이식하다	cấy ghép	꺼이 겝
인공호흡	hô hấp nhân tạo	호 헙 년 따오
종합병원	bệnh viện đa khoa	벤 비엔 다 콰
침술	châm cứu	쩜 끄우
중환자실	phòng bệnh nhân nặng	퐁 벤 년 낭
응급실	phòng cấp cứu	퐁 껍 끄우
처방전	đơn thuốc	던 뜨억
토하다	nôn mửa	논 므어
어지러운	chóng mặt	쫑 맛
속이 메스꺼운	buồn nôn	부온 논

Unit 04 생리현상 57쪽

트림	ợ hơi	어 허이
재채기	hắt xì hơi	핫 씨 호이
한숨	thở dài	터 자이
딸꾹질	nấc cụt	넉 꿋
하품	ngáp	응압
눈물	nước mắt	느 맛
대변	phân	펀
방귀	đánh rắm	단 잠
소변	nước tiểu	느 띠에우

Chapter 03 감정, 행동 표현

Unit 01 감정 58쪽

기분 좋은	hay	하이
흥분한	hưng phấn	흥 펀
재미있는	thú vị	투 비
행복한	hạnh phúc	한 푹
즐거운	vui vẻ	부이 베
좋은	tốt	똣
기쁜	sung sướng	숭 스엉
힘이 나는	sức mạnh trào lên	슥 마인 짜오 렌
자랑스러운	tự hào	뜨 하오
짜릿한	kịch tính	킥 띤
감격한	xúc động	쑥 동
부끄러운	mắc cỡ	막 꺼
난처한	khó xử	코 쓰
외로운	cô đơn	꼬 던
관심 없는	không quan tâm đến	콩 관 떰 덴
화난	tức giận	뜩 젼
무서운	sợ	서
불안한	hồi hộp	호이 홉
피곤한	mệt mỏi	멧 머이
불쾌한	khó chịu	코 찌우
괴로운	đau khổ	다우 코
지루한	chán	짠
슬픈	buồn	부온
원통한	oán hận	완 헌
비참한	lầm than	럼 탄
짜증 나는	bực mình	북 민
초조한	nôn nóng	논 농
무기력한	kiệt sức	키엣 슥
불편한	bất tiện	벗 띠엔
놀란	ngạc nhiên	악 니엔
질투하는	ghen	겐
사랑하다	yêu	이우

싫어하다	ghét	겟
행운을 빕니다	chúc may mắn	쭉 마이 만
고마워요	xin cảm ơn	씬 깜 언

Unit 02 칭찬 61쪽

멋져요	hay quá	하이 꽈
훌륭해요	tốt quá	똣 꽈
굉장해요	xuất sắc	쑤엇 싹
대단해요	cừ quá	끄 꽈
귀여워요	dễ thương	제 트엉
예뻐요	xinh đẹp	씬 뎁
아름다워요	thực sự rất đẹp	특 스 럿 뎁
최고예요	tuyệt vời	뚜엣 버이
참 잘했어요	rất giỏi đấy	젓 저이 더이

Unit 03 행동 62쪽

세수하다	rửa mặt	르어 맛
청소하다	dọn sạch	전 싸익
자다	ngủ	응우
일어나다	thức dậy	특 저이
빨래하다	giặt	잣
먹다	ăn	안
마시다	uống	우옹
요리하다	nấu ăn	너우 안
설거지하다	rửa chén bát	르어 쩬 밧
양치질하다	đánh răng	단 랑
샤워하다	tắm	땀
옷을 입다	mặc áo	막 아오
옷을 벗다	cởi áo	꺼이 아오
쓰레기를 버리다	vứt rác	븟 락
창문을 열다	mở cửa sổ	러 끄어 소
창문을 닫다	đóng cửa sổ	동 끄어 소
불을 켜다	bật đèn	밧 덴
불을 끄다	tắt đèn	땃 덴
오다	đến	덴
가다	đi	디
앉다	ngồi	응오이
서다	đứng	등
걷다	đi bộ	디 보
달리다	chạy	짜이
놀다	chơi	쩌이
일하다	làm việc	람 비엑
웃다	cười	끄어이
울다	khóc	콕
나오다	đi ra	디 라
들어가다	đi vào	디 바오
묻다	hỏi	허이
대답하다	trả lời	짜 러이
멈추다	dừng lại	증 라이
움직이다	di chuyển	지 쭈옌
올라가다	đi lên	디 렌
내려가다	đi xuống	디 쑤엉
박수 치다	vỗ tay	보 따이
찾다	tìm	띰
흔들다	lắc lư	락 르
춤추다	múa	무어
뛰어오르다	nhảy lên	나이 렌
넘어지다	ngã	응아
읽다	đọc	독
싸우다	đánh nhau	단 녀우
말다툼하다	cãi	까이
인사	chào hỏi	짜오 허이
대화	nói chuyện	노이 쭈옌
쓰다	viết	비엣
던지다	ném	넴
잡다	nắm	남

관련 단어 65쪽

격려하다	khuyến khích	쿠엔 킥
존경하다	kính trọng	낀 쫑

지지하다	ủng hộ	응 호
주장하다	chủ trương	쭈 쯔엉
추천하다	giới thiệu	저이 티에우
경쟁하다	cạnh tranh	깐 짠
경고하다	cảnh cáo	깐 까오
설득하다	thuyết phục	투엣 푹
찬성하다	đồng ý	동 의
반대하다	phản đối	펀 도이
재촉하다	thúc giục	툭 죽
관찰하다	quan sát	꽌 삿
상상하다	tưởng tượng	뜨엉 뜨엉
기억하다	nhớ	뇨
후회하다	hối hận	호이 한
약속하다	hẹn	헨
신청하다	yêu cầu	이우 꺼우
비평하다	phê bình	페 빈
속삭이다	thì thầm	티 텀
허풍을 떨다	chém gió	쩸 져
의식하는	ý thức	이 특
추상적인	trừu tượng	쯔우 뜨엉

Unit 04 인사 67쪽

안녕하세요	xin chào	씬 짜오
아침인사 (안녕하세요)	chào buổi sáng	짜오 부오이 상
점심인사 (안녕하세요)	chào buổi chiều	짜오 부오이 찌에우
저녁인사 (안녕하세요)	chào buổi tối	짜오 부오이 또이
처음 뵙겠습니다	có khỏe không?	꼬 코에 콩?
만나 뵙고 싶었습니다	tôi muốn gặp	또이 무언 갑
잘 지내셨어요?	dạo này thế nào?	자오 나이 테 나오?
만나서 반갑습니다	rất vui được gặp	럿 부이 드억 갑
오랜만이에요	lâu rồi không gặp	러우 조이 콩 갑
안녕히 가세요	chào tạm biệt	짜오 탐 비엣
또 만나요	hẹn gặp lại	헨 갑 라이
안녕히 주무세요	ngủ ngon	응우 응온

Unit 05 축하 69쪽

생일 축하합니다	chúc mừng sinh nhật	쯕 뭉 신 녓
결혼 축하합니다	chúc mừng đám cưới	쯕 뭉 담 끄어이
합격 축하합니다	chúc mừng thi đậu	쯕 뭉 티 더우
졸업 축하합니다	chúc mừng tốt nghiệp	쯕 뭉 똣 니엡
명절 잘 보내세요	chúc mừng ngày hội	쯕 뭉 응아이 호이
새해 복 많이 받으세요	chúc mừng năm mới	쯕 뭉 남 머이
즐거운 성탄절 되세요	chúc mừng Giáng Sinh vui vẻ	쯕 뭉 장 신 부이 베

Chapter 04 교육

Unit 01 학교 70쪽

유치원	trường mẫu giáo	쯔엉 머우 자오
초등학교	trường tiểu học	쯔엉 띠에우 혹
중학교	trường trung học cơ sở	쯔엉 쭝 혹 꺼 서
고등학교	trường trung học phổ thông	쯔엉 쭝 혹 포 통
대학교	trường đại học	쯔엉 다이 혹
학사	cử nhân	끄 년
석사	thạc sĩ	탁 시
박사	tiến sĩ	띠엔 시
대학원	viện cao học	비엔 까오 혹

관련 단어 71쪽

학원	trung tâm giáo dục	쭝 떰 자오 죽
공립학교	trường công lập	쯔엉 꽁 럽
사립학교	trường tư lập	쯔엉 뜨 럽
교장	hiệu trưởng	히에우 쯔엉
학과장	chủ nhiệm khoa	주 니엠 콰
신입생	học sinh mới	혹 신 머이
학년	năm học	남 혹

Unit 02 학교시설 72쪽

교정	vườn trường	브언 쯔엉
교문	cổng trường học	콩 쯔엉 혹
운동장	sân vận động	산 번 동
교장실	phòng hiệu trưởng	퐁 히에우 쯔엉
사물함	tủ đựng đồ	뜨 등 도
강의실	phòng học	퐁 혹
화장실	nhà vệ sinh	냐 베 신
교실	lớp học	럽 혹
복도	hành lang	한 랑
도서관	thư viện	트 비엔
식당	chỗ ăn cơm	쪼 안 껌
기숙사	ký túc xá	끼 뚝 싸
체육관	trung tâm thể thao	쭝 떰 테 타오
매점	căn tin	칸 띤
교무실	phòng giáo vụ	퐁 자오 부
실험실	phòng thí nghiệm	퐁 티 니엠

Unit 03 교과목 및 관련 단어 74쪽

영어	tiếng Anh	띠엥 안
중국어	tiếng Trung Quốc	띠엥 쭝 꾸옥
일본어	tiếng Nhật	띠엥 녓
철학	triết học	찌엣 혹
문학	văn học	반 혹
수학	toán học	또안 혹
경제	kinh tế	낀 떼
상업	thương mại	트엉 마이
기술	kỹ thuật	끼 투엇
지리	địa lý	디아 리
건축	kiến trúc	끼엔 쭉
생물	sinh vật	신 벗
화학	hóa học	화 혹
천문학	thiên văn học	띠엔 반 혹
역사	lịch sử	릭 스
법률	pháp luật	팝 루엇
정치학	chính trị học	찐 찌 혹
사회학	xã hội học	싸 호이 혹
음악	âm nhạc	엄 냑
체육	thể dục	테 죽
윤리	luân lý	루언 리
물리	vật lý	벗 리
받아쓰기	viết chính tả	비엣 찐 따
중간고사	thi giữa kỳ	티 즈어 끼
기말고사	thi cuối kỳ	티 꾸오이 끼
장학금	học bổng	혹 봉
입학	nhập học	녑 혹
졸업	tốt nghiệp	똣 니엡
숙제	bài tập ở nhà	바이 떱 어 냐
시험	kỳ thi	끼 티
논술	bài luận	바이 루언
채점	chấm bài thi	쩜 바이 티
전공	chuyên môn	쭈옌 몬
학기	học kỳ	혹 키
등록금	tiền đăng kí	띠엔 당 끼
컨닝	quay cóp	꽈이 꼽

Unit 04 학용품 79쪽

공책(노트)	tập vở	떱 버

지우개	tẩy	떠이
볼펜	bút bi	붓 비
연필	bút chì	붓 찌
노트북	máy tính xách tay	마이 띤 싸익 따이
책	sách	싸익
칠판	bảng	방
칠판지우개	lau bảng	라우 방
필통	hộp bút	홉 붓
샤프	bút chì bấm	붓 찌 범
색연필	bút chì màu	붓 찌 마우
압정	đinh ghim	딘 김
만년필	bút máy	붓 마이
클립	kẹp	껩
연필깎이	gọt bút chì	곳 붓 찌
크레파스	bút sáp màu	붓 삽 마우
화이트	bút tẩy	붓 떠이
가위	kéo	께오
풀	keo dán	께오 잔
물감	màu nước	마우 늑
잉크	mực	묵
자	thước kẻ	트억 께
스테이플러	bấm ghim	범 김
스케치북	tập vở vẽ	떱 버 베
샤프심	ruột bút chì	루옷 붓 찌
칼	dao rọc giấy	자오 록 져이
파일	tập file	떱 파일
매직펜	bút lông dấu	붓 롱 저우
사인펜	bút lông tô màu	붓 롱 또 마우
형광펜	bút huỳnh quang	붓 후인 꽝
테이프	băng dính dán	방 진 잔
콤파스	com-pa	콤 파

Unit 05 부호 82쪽

더하기	cộng	꽁
빼기	trừ	쯔
나누기	chia	찌아
곱하기	nhân	년
크다/작다	dấu lớn hơn/ dấu nhỏ hơn	저우 런 헌 / 저우 뇨 헌
같다	bằng	방
마침표	dấu chấm	저우 쩜
느낌표	dấu chấm than	저우 쩜 탄
물음표	dấu chấm hỏi	저우 쩜 호이
하이픈	dấu gạch nối(ngang)	저우 가익 노이(앙)
콜론	dấu hai chấm	저우 하이 쩜
세미콜론	dấu chấm phẩy	저우 쩜 퍼이
따옴표	dấu nháy	저우 나이
생략기호	dấu ba chấm	저우 바 쩜
at/골뱅이	a còng	아 콩
루트	dấu căn	저우 깐
슬러쉬	dấu gạch chéo	저우 가익 쩨오

Unit 06 도형 84쪽

정사각형	hình vuông	힌 부옹
삼각형	hình tam giác	힌 땀 쟉
원	vòng tròn	봉 쫀
사다리꼴	hình thang	힌 탕
원추형	hình nón	힌 넌
다각형	hình đa giác	힌 다 쟉
부채꼴	hình cái quạt	힌 까이 꾸앗
타원형	hình trái xoan	힌 짜이 쑤안
육각형	hình lục giác	힌 룩 쟉
오각형	hình ngũ giác	힌 응우 쟉
원기둥	hình ống	힌 옹
평행사변형	hình bình hành	힌 빈 한
각뿔	hình chóp	힌 쩝

Unit 07 숫자 86쪽

영	không	콩
하나	một	못
둘	hai	하이
셋	ba	바
넷	bốn	본
다섯	năm	남
여섯	sáu	싸우
일곱	bảy	바이
여덟	tám	땀
아홉	chín	찐
열	mười	므어이
이십	hai mươi	하이 므어이
삼십	ba mươi	바 므어이
사십	bốn mươi	본 므어이
오십	năm mươi	남 므어이
육십	sáu mươi	싸우 므어이
칠십	bảy mươi	바이 므어이
팔십	tám mươi	땀 므어이
구십	chín mươi	찐 므어이
백	trăm	짬
천	nghìn	응인
만	mười nghìn	므어이 응인
십만	một trăm nghìn	못 짬 응인
백만	triệu	찌에우
천만	mười triệu	므어이 찌에우
억	một trăm triệu	못 짬 찌에우
조	một nghìn tỷ	못 응인 띠

Unit 08 학과 88쪽

국어국문학과	khoa tiếng Hàn	콰 띠엥 한
베트남어과	khoa tiếng Việt	콰 띠엥 비엣
경영학과	khoa kinh doanh	콰 낀 조안
정치외교학과	khoa (học) chính trị và ngoại giao	콰 (혹) 찡 찌 바 응오아이 자오
신문방송학과	khoa phát thanh báo chí	콰 팟 타잉 바오 찌
법학과	khoa luật học	콰 루엇 혹
전자공학과	khoa kỹ thuật điện tử	콰 끼 투엇 디엔 뜨
컴퓨터공학과	khoa (học) kỹ thuật máy vi tính	콰 (혹) 끼 투엇 마이 비 띤
물리학과	khoa vật lý	콰 벗 리
의학과	khoa y học	콰 이 혹
간호학과	khoa y tá	콰 이 타
약학과	khoa dược học	콰 즈억 혹

Chapter 05 계절/월/요일

Unit 01 계절 90쪽

봄	mùa xuân	므어 쑤언
여름	mùa hè	므어 헤
가을	mùa thu	므어 투
겨울	mùa đông	므어 동

Unit 02 요일 91쪽

월요일	thứ hai	트 하이
화요일	thứ ba	트 바
수요일	thứ tư	트 뜨
목요일	thứ năm	트 남
금요일	thứ sáu	트 싸우
토요일	thứ bảy	트 바이
일요일	chủ nhật	쭈 녓

Unit 03 월 92쪽

1월	tháng một(giêng)	탕 못(지엥)
2월	tháng hai	탕 하이
3월	tháng ba	탕 바
4월	tháng tư	탕 뜨

5월	tháng năm	탕 남
6월	tháng sáu	탕 싸우
7월	tháng bảy	탕 바이
8월	tháng tám	탕 땀
9월	tháng chín	탕 찐
10월	tháng mười	탕 므어이
11월	tháng mười một	탕 므어이 못
12월	tháng mười hai(chạp)	탕 므어이 하이(짭)

Unit 04 일 93쪽

1일	ngày (mồng) một	응아이 (몽) 못
2일	ngày (mồng) hai	응아이 (몽) 하이
3일	ngày (mồng) ba	응아이 (몽) 바
4일	ngày (mồng) bốn	응아이 (몽) 본
5일	ngày (mồng) năm	응아이 (몽) 남
6일	ngày (mồng) sáu	응아이 (몽) 싸우
7일	ngày (mồng) bảy	응아이 (몽) 바이
8일	ngày (mồng) tám	응아이 (몽) 땀
9일	ngày (mồng) chín	응아이 (몽) 찐
10일	ngày (mồng) mười	응아이 (몽) 므어이
11일	ngày mười một	응아이 므어이 못
12일	ngày mười hai	응아이 므어이 하이
13일	ngày mười ba	응아이 므어이 바
14일	ngày mười bốn	응아이 므어이 본
15일	ngày mười lăm	응아이 므어이 람
16일	ngày mười sáu	응아이 므어이 싸우
17일	ngày mười bảy	응아이 므어이 바이
18일	ngày mười tám	응아이 므어이 땀
19일	ngày mười chín	응아이 므어이 찐
20일	ngày hai mươi	응아이 하이 므어이
21일	ngày hai mươi một	응아이 하이 므어이 못
22일	ngày hai mươi hai	응아이 하이 므어이 하이
23일	ngày hai mươi ba	응아이 하이 므어이 바
24일	ngày hai mươi bốn	응아이 하이 므어이 본
25일	ngày hai mươi lăm	응아이 하이 므어이 람
26일	ngày hai mươi sáu	응아이 하이 므어이 싸우
27일	ngày hai mươi bảy	응아이 하이 므어이 바이
28일	ngày hai mươi tám	응아이 하이 므어이 땀
29일	ngày hai mươi chín	응아이 하이 므어이 찐
30일	ngày ba mươi	응아이 바 므어이
31일	ngày ba mươi mốt	응아이 바 므어이 못

관련 단어 95쪽

달력	lịch	릭
다이어리	quyển nhật kí	꾸옌 녓 끼
노동절	ngày quốc tế lao động	응아이 꾸옥 떼 라오 동
크리스마스	ngày lễ Giáng sinh	응아이 레 장 신
설날	ngày tết	응아이 뗏

국경일	ngày quốc khánh	응아이 꾸옥 칸

Unit 05 시간 96쪽

새벽	bình minh	빈 민
아침	buổi sáng	부오이 상
오전	buổi sáng	부오이 상
점심	buổi trưa	부오이 쯔어
오후	buổi chiều	부오이 찌에우
저녁	buổi tối	부오이 또이
밤	ban đêm	반 뎀
시	giờ	저
분	phút	풋
초	giây	저이
어제	hôm qua	홈 꽈
오늘	hôm nay	홈 나이
내일	ngày mai	응아이 마이
내일모레	ngày kia	응아이 끼아
하루	một ngày	못 응아이

관련 단어 98쪽

지난주	tuần trước	뚜언 쯔억
이번 주	tuần này	뚜언 나이
다음 주	tuần sau	뚜언 사우
일주일	một tuần	못 뚜언
한 달	một tháng	못 탕
일 년	một năm	못 남

Chapter 06 자연과 우주

Unit 01 날씨 표현 100쪽

맑은	trong lành	쫑 란
따뜻한	ấm áp	엄 압
화창한	nắng đẹp	낭 뎁
더운	nóng nực	농 늑
흐린	âm u	엄 우
안개 낀	mù sương	무 스엉
습한	ẩm ướt	엄 으엇
시원한	mát mẻ	맛 메
쌀쌀한	lành lạnh	란 란
추운	lạnh lẽo	란 레오
장마철	mùa mưa	무어 므어
천둥	sấm sét	섬 셋
번개	tia chớp	띠아 쩝
태풍	bão	바오
비가 오다	mưa rơi	므어 러이
비가 그치다	hết mưa	헷 므어
무지개가 뜨다	mọc cầu vồng	목 꺼우 봉
바람이 불다	gió thổi	져 토이
눈이 내리다	tuyết rơi	뚜옛 저이
얼음이 얼다	đóng băng	동 방
서리가 내리다	sương muối	스엉 무오이

Unit 02 날씨 관련 102쪽

해	mặt trời	맛 쩌이
구름	mây	머이
비	mưa	므어
바람	gió	져
눈	tuyết	뚜옛
고드름	cột băng	꼿 방
별	sao	싸오
달	mặt trăng	맛 짱
우주	vũ trụ	부 쭈
우박	mưa đá	므아 다
홍수	nạn lụt	난 룻
가뭄	cơn hạn hán	끈 한 한
지진	địa chấn	디아 쩐
자외선	tia tử ngoại	띠아 뚜 응와이
열대야	đêm nóng	뎀 놈
오존층	khí Ô-zôn	키 오존
화산(화산 폭발)	núi lửa	누이 르아

관련 단어 103쪽

토네이도	lốc xoáy	록 쏘아이
고기압	khí áp cao	키 압 까오
한랭전선	dòng không khí lạnh	종 콤 키 라잉
온도	nhiệt độ	니엣 도
한류	hải lưu lạnh	하이 루 라잉
난류	hải lưu nóng	하이 루 농
저기압	khí áp thấp	키 압 텁
일기예보	dự báo thời tiết	즈 바오 터이 띠엣
계절	mùa	무어
화씨	thang đo	탕 도
섭씨	độ C	도 쎄
연무	sương khói	쓰엉 코이
아지랑이	sương mù	쓰엉 무
진눈깨비	mưa tuyết	므아 뚜옛
강우량	lượng mưa	르엉 므아
미풍	gió hiu hiu	저 히우 히우
돌풍	cơn gió	껀 저우
폭풍	trận bão	쩐 바오
대기	khí quyển	키 뀌엔
공기	không khí	콤 키

Unit 03 우주 환경과 오염 105쪽

지구	trái đất	짜이 덧
수성	sao Thủy tinh	싸오 투이 띵
금성	Kim Tinh	킴 띵
화성	sao Hỏa	싸오 화
목성	sao Mộc	싸오 몹
토성	sao Thổ	싸오 토
천왕성	sao Thiên Vương	싸오 티엔 브엉
명왕성	sao Diêm vương	싸오 지엠 브엉
태양계	hệ thái dương	헤 타이 즈엉
외계인	người ngoài hành tinh	응어이 응와이 하잉 띵
행성	hành tinh	하잉 띵
은하계	Hệ ngân hà	헤 응언 하
북두칠성	chòm sao Bắc đẩu	쫌 싸오 박 더우
카시오페이아	Thiên Hậu	티엔 허우
큰곰자리	chòm sao Gấu lớn	쫌 싸우 거우 런
작은곰자리	chòm Tiểu Hùng	쫌 띠우 훙
환경	môi trường	모이 쯔엉
파괴	sự phá hủy	쓰 파 휘
멸망	sự sụp đổ	쓰 씁 도
재활용	dùng để tái sinh	중 데 따이 싱
쓰레기	rác	작
쓰레기장	bãi rác	바이 작
하수 오물	rác rưởi	작 주이
폐수	nước thải	느억 타이
오염	sự ô nhiễm	쓰 오 니엠
생존	sự tồn tại	쓰 똔 따이
자연	tự nhiên	뜨 니엔
유기체	thể hữu cơ	테 흐 꺼
생물	sinh vật	씽 벗
지구온난화	hiện tượng ấm lên toàn cầu	히엔 뜨엉 엄 렌 또안 꺼우
보름달	trăng rằm	짱 잠
반달	bán nguyệt	반 응우옛
초승달	trăng lưỡi liềm	짱 르이 리엠
유성	hành tinh	하잉 띵
위도	vĩ độ	비 도
경도	kinh độ	낑 도
적도	xích đạo	씩 다오
일식	nhật thực	녓 특

Unit 04 동식물 108쪽

한국어	Tiếng Việt	발음
포유류	động vật có vú	동 벗 꼬 부
사슴	hươu	흐우
고양이	con mèo	꼰 메오
팬더(판다)	gấu trúc	거우 쯔억
사자	con sư tử	꼰 쓰 뜨
호랑이	con hổ	꼰 호
기린	con hươu cao cổ	꼬 흐우 까오 꼬
곰	con gấu	꼰 거우
다람쥐	con sóc	꼰 쏩
낙타	con lạc đà	꼰 락 다
염소	con dê	꼰 제
표범	con báo	꼰 바오
여우	con cáo	꼰 까우
늑대	chó sói	쪼 쏘이
고래	cá voi	까 보이
코알라	con koala	꼰 꼬알라
양	con cừu	꼰 끄우
코끼리	con voi	꼰 보이
돼지	con lợn	꼰 런
말	con ngựa	꼰 으아
원숭이	con khỉ	꼰 키
하마	hà mã	하 마
얼룩말	ngựa vằn	응아 반
북극곰	gấu Bắc cực	거우 박 끅
바다표범	con chó biển	꼰 쪼 비엔
두더지	chuột chũi	쭈엇 쭈이
개	con chó	꼰 쪼
코뿔소	Bò tót	보 똣
쥐	con chuột	꼰 쭈엇
소	con bò	꼰 보
토끼	con thỏ	꼰 토
레드판다	con gấu mèo	꼰 거우 메오
캥거루	con canguru	꼰 깡거루
박쥐	con dơi	꼰 저이

곤충/거미류 Côn trùng / loại con nhện 110쪽

한국어	Tiếng Việt	발음
모기	muỗi	무이
파리	con ruồi	꼰 주오이
벌	con ong	꼰 옹
잠자리	chuồn chuồn	쭈언 쭈언
거미	con nhện	꼰 녠
매미	ve sầu	베 써우
바퀴벌레	con gián	꼰 자안
귀뚜라미	con dế	꼰 제
풍뎅이	bọ hung	보 훙
무당벌레	con bọ rùa	꼰 보 즈아
반딧불이	con đom đóm	꼰 덤 돔
메뚜기	con châu chấu	꼰 쩌우 쩌우
개미	con kiến	꼰 끼엔
사마귀	bọ ngựa	보 응아
나비	con bướm	꼰 브음
전갈	bọ cạp	보 깝
소금쟁이	con bọ nước	꼰 보 느억

조류 Loài chim 111쪽

독수리	đại bàng	다이 바앙
부엉이	con chim cú	꼰 찜 꾸
매	cắt lớn	깟 런
까치	chim ác là	찜 악 라
까마귀	con quạ đen	꼰 꾸아 덴
참새	chim sẻ	찜 쎄
학	hạc	학
오리	con vịt	꼰 빗
펭귄	chim cánh cụt	찜 까잉 꿋
제비	chim nhạn	찜 냔
닭	con gà	꼰 가
공작	chim công	찜 꽁
앵무새	con vẹt	꼰 벳
기러기	con ngỗng đực	꼰 응옹 덕

거위	con ngỗng	꼰 응옹
비둘기	chim bồ câu	찜 보 꺼우
딱따구리	chim gõ kiến	찜 고 끼엔

파충류/양서류 — Loài cá / Động vật thân mềm / Loài giáp xác — 112쪽

보아뱀	trăn	짠
도마뱀	con thạch sùng	꼰 타익 스웅
이구아나	kỳ đà	끼 다
코브라	rắn mang bành	깐 망 바잉
두꺼비	con cóc	꼰 꼭
올챙이	con nòng nọc	꼰 농 놉
도롱뇽	con kỳ nhông	꼰 끼 늠
개구리	con ếch	꼰 엑
악어	cá sấu	까 써우
거북이	con rùa	꼰 주어
뱀	rắn	자안
지렁이	giun đất	존 덧
카멜레온	tắc kè hoa	딱 께 화아

관련 단어 — 113쪽

더듬이	râu	저우
번데기	con nhộng	꼰 늠
알	quả trứng	꽈 쯔응
애벌레	sâu con	써우 꼰
뿔	sừng	쓰응
발톱	móng chân	뭄 찐
꼬리	đuôi	두오이
발굽	móng	몽
동면하다	ngủ đông	응우 동
부리	mỏ	모
깃털	lông	롱
날개	cánh	까잉
둥지	lồng	롱

어류/연체동물/갑각류 — Loài cá / Động vật thân mềm / Loài giáp xác — 114쪽

연어	cá hồi	까 호이
잉어	cá chép	까 쨉
대구	cá thu	까 투
붕어	cá chép	까 쨉
복어	cá nóc	까 녹
문어	bạch tuộc	바익 뚜옥
오징어	con mực	꼰 믁
게	con cua	꼰 끄어
꼴뚜기	con mực phủ	꼰 믁 푸
낙지	bạch tuộc	바익 뚜옥
새우	con tôm	꼰 똠
가재	tôm sông	똠 쏭
메기	con cá trê	꼰 까 쩨
상어	cá mập	까 멉
해파리	con sứa	꼰 쓰아
조개	con sò	꼰 쏘
불가사리	con sao biển	꼰 싸오 비엔
달팽이	con ốc sên	꼰 옵 쎈

관련 단어 — 115쪽

비늘	vảy	바이
아가미	mang	망
물갈퀴발	màng ở chân	망 오 쩐
지느러미	vây	버이

식물(꽃/풀/야생화/나무) — Thực vật(hoa/cỏ/hoa dại/cây) — 116쪽

무궁화	hoa Mugung / hoa dâm bụt	화 무궁 / 화 땀 붓
코스모스	cúc vạn thọ tây	꾹 반 터 떠이
수선화	hoa thủy tiên	화 두이 띠엔
장미	cây hoa hồng	꺼이 화 홍
데이지	hoa daisy	화 데이지
아이리스	hoa iris	화 아이릿

동백꽃	hạt cây hoa trà	핫 꺼이 화 짜
벚꽃	hoa anh đào	화 아잉 다오
나팔꽃	bìm biếc	빔 비엑
라벤더	hoa lavender	화 라벤더
튤립	hoa tulip	화 뚤립
제비꽃	hoa vi-ô-lét	화 비올렛
안개꽃	hoa sương mù	화 쓰응무
해바라기	hoa hướng dương	화 흐엉 증
진달래	hoa Jindanlae	화 진달래
민들레	cây bồ công anh	꺼이 보 꽁 아잉
캐모마일	hoa camomile	화 까모밀
클로버	cỏ ba lá	꼬 바 라
강아지풀	cỏ dại chó	꼬 자이 쪼
고사리	cây dương xỉ diều	꺼이 즈엉 시 지우
잡초	cỏ dại	꼬 자이
억새풀	gianh	자잉
소나무	cây thông	꺼이 통
메타세콰이아	Thủy sam	뚜이 쌈
감나무	cây hồng	꺼이 홍
사과나무	cây táo	꺼이 따오
석류나무	cây lựu	꺼이 루우
밤나무	cây dẻ	꺼이 제
은행나무	cây ngân hạnh	꺼이 앙 하잉
배나무	cây lê	꺼이 레
양귀비꽃	cây thuốc phiện	꺼이 투옥 삐엔

관련 단어		118쪽
뿌리	rễ	제
잎	lá	라
꽃봉오리	nụ hoa	누 화
꽃말	ngôn ngữ của các loài hoa	응온 으 꾸아 깍 로아이 화

꽃가루	cuống hoa	끄옹 화
개화기	mùa hoa nở	무어 화 너
낙엽	lá rụng	라 중
단풍	gỗ cây thích	고 꺼이 틱
거름	phân bón	펀 본
줄기	thân	턴

Chapter 07 주거 관련

Unit 01 집의 종류		120쪽
아파트	chung cư	쭝 꾸
전원주택	nhà riêng ở ngoại	냐 지응 오 응와이
일반주택	nhà riêng	냐 지응
다세대주택	nhà liền dãy	냐 리엔 저이
오피스텔	tòa nhà văn phòng	또아 냐 반 퐁
오두막집	túp lều	뚭 레우
별장	biệt thự ở ngoại ô	비엣 투 오 응와이 오
하숙집	nhà thuê phòng	냐 투에 퐁

관련 단어		121쪽
살다	sống	송
주소	địa chỉ	디아 찌
임차인	người cho thuê	응와이 쪼 투에
임대인	người thuê	응와이 투에
가정부	người giúp việc	응어이 줍 비엑
월세	tiền thuê tháng	띠엔 투에 탕

Unit 02 집의 부속물		122쪽
대문	cửa trước	끄아 쯔억
담	bức tường	쁙 뜨엉
정원	Hoa viên	화 비엔
우편함	hòm thư	홈 트

차고	gara ô tô	가라 오또
진입로	đường vào	드엉 바오
굴뚝	ống khói	옴 코이
지붕	mái nhà	마이 냐
계단	cầu thang	꺼우 탕
벽	tường	뜨엉
테라스	bậc thềm nhà	벅 템 냐
창고	nhà kho	냐 코
다락방	gác lửng	각 르엉
옥상	nóc nhà	녹 냐
현관	hành lang	하잉 랑
지하실	phòng dưới hầm	퐁 즈어이 험
위층	tầng trên	떵 쩬
아래층	tầng dưới	떵 즈어이
안마당 뜰	sân trong	썬 쫑
기둥	cột trụ	꼿 쭈
울타리	hàng rào	하잉 자오
자물쇠	khóa	코아

Unit 03 거실용품   124쪽

거실	phòng khách	퐁 카익
창문	cửa sổ	꾸아 쏘
책장	giá sách	자 싸익
마루	sàn nhà	산 냐
카펫	thảm	탐
테이블	cái bàn	까이 반
장식장	tủ li	뚜 리
에어컨	máy điều hòa	마이 디우 화
소파	soffa	쏘빠
커튼	rèm cửa	젬 끄아
달력	lịch	릭
액자	khung tranh	쿵 짜잉
시계	đồng hồ	동 호
벽난로	lò sưởi đứng	로 스어이 등
꽃병	lọ hoa	로 화

텔레비전	ti-vi	띠비
컴퓨터	máy tính	마이 띵
노트북	lap top	랩 땁
진공청소기	cái máy hút bụi	까이 마이 훗 부이
스위치를 끄다	tắt	땃
스위치를 켜다	bật	벗

Unit 04 침실용품   126쪽

침대	giường	즈엉
자명종/알람시계	báo thức	바오 트억
매트리스	đệm	뎀
침대시트	khăn trải giường	칸 짜이 즈엉
슬리퍼	dép	젭
이불	chăn mền	짠 멘
베개	gối	고이
화장대	bàn trang điểm	반 짱 디엠
화장품	mỹ phẩm	미 뻠
옷장	tủ áo	뚜 아오
잠옷	áo ngủ	아오 응우
쿠션	cái đệm	까이 뎀
쓰레기통	thùng rác	퉁 작
천장	trần nhà	쩐 냐
전등	đèn điện	덴 디엔
스위치	công tắc điện	꽁 딱 디엔
공기청정기	máy lọc không khí	마이 록 콩 키
일어나다	dậy	저이
자다	ngủ	응우

Unit 05 주방   128쪽

냉장고	tủ lạnh	뚜 라잉
전자레인지	lò vi sóng	로 비 송

환풍기	quạt thông gió	꽛 통 저
가스레인지	bếp gas	벱 가스
싱크대	cái chậu rửa	까이 쩌우 즈아
주방조리대	nhà bếp	냐 벱
오븐	cái lò nướng	까이 로 느엉
수납장	quầy thu tiền	꿔어 뚜 띠엔
접시걸이선반	máy phay	마이 파이
식기세척기	máy rửa bát đĩa	마이 즈아 밧 지아
에어컨	máy điều hòa	마이 디유 화

Unit 06 주방용품　　　　　130쪽

도마	thớt	텃
프라이팬	chảo	짜오
믹서기	máy xay	마이 싸이
주전자	cái ấm	까이 엄
앞치마	tạp dế	땁 제
커피포트	bình siêu tốc	빙 시유 똡
칼	dao	자오
뒤집개	máy xáo trộn	마이 싸오 쫀
주걱	cái vá	까이 바
전기밥솥	nồi cơm điện	노이 껌 디엔
머그컵	ly uống cà phê	리 웅 까 페
토스터기	cái lò nướng	까이 로 느엉
국자	cái muỗng	까이 무엉
냄비	cái xoong	까이 쑤엉
수세미	giẻ lau chùi	지에 러우 쭈이
주방세제	chất tẩy rửa	쩟 떠이 즈아
알루미늄호일	lá nhôm	라 놈
병따개	đồ Khui	도 쿠이
젓가락	đũa	두아
포크	nĩa	니아
숟가락	thìa	티아
접시	dĩa	지아

소금	muối	무오이
후추	hạt tiêu	핫 띠유
조미료	các loại gia vị	깍 로아이 쟈 비
음식을 먹다	ăn món ăn	안 몬 안

Unit 07 욕실용품　　　　　133쪽

거울	gương	그엉
드라이기	máy sấy tóc	마이 써이 똡
세면대	bồn rửa mặt	본 쯔아 맛
면도기	máy cạo râu	마이 까오 저우
면봉	bông băng	봉 방
목욕바구니	thùng tắm	퉁 땀
바디로션	nước thơm	느억 텀
배수구	lỗ thoát nước	로 토안 느억
변기	cái bô	까이 보
비누	xà phòng	싸 퐁
욕실커튼	rèm cửa	젬 끄아
빗	lược chải đầu	루억 짜이 더우
샤워가운	áo choàng	아오 쪼앙
샤워기	vòi hoa sen	보이 화 세
샴푸	dầu gội đầu	저우 고이 더우
린스	nước súc	느억 쏙
수건걸이	móc treo khăn	목 쩨오 칸
수건	khăn	칸
수도꼭지	cái vòi nước	까이 보이 느억
욕실매트	cái chiếu	까이 찌우
욕조	bồn tắm	본 땀
체중계	cái cân	까이 껀
치약	kem đánh răng	껨 다잉 자앙
칫솔	bàn chải đánh răng	반 짜이 다잉 장
화장지	giấy vệ sinh	저이 베 싱
치실	chỉ nha khoa	찌 냐 코아

관련 단어		135쪽
이를 닦다	đánh răng	다잉 장
헹구다	rửa sạch	즈아 삭
씻어내다	rửa	즈어
말리다	phơi	퍼이
면도를 하다	cạo râu	까오 저우
머리를 빗다	chải tóc	짜이 똑
샤워를 하다	đi tắm	디 땀
변기에 물을 내리다	dội nước bồn cầu	조이 느억 본 꺼우
머리를 감다	gội đầu	고이 더우
목욕(욕조에 몸을 담그고 하는)	mộc dục	목 죽

Chapter 08 음식

Unit 01 과일 136쪽

연무	nhãn	냔
용과	thanh long	타잉 롱
리치	litchi	리찌
망고	xoài	쏘아이
꾸잇	quyt	꾸잇
구아바	quả ổi	꾸아 오이
두리안	sầu riêng	써우 지응
유자	thanh yên	타잉 옌
람부탄	chôm chôm	쫌 쫌
사과	táo	따오
배	quả lê	꽈 레
귤	trái quýt	짜이 핏
망고스틴	quả măng cụt	꽈 망 꿋
수박	dưa hấu	즈아 허우
복숭아	đào	다오
멜론	dưa tây	즈아 떠이
오렌지	quả cam	꽈 깜
레몬	chanh	짜잉
바나나	chuối	쭈이
자두	mận	먼
두리안	sầu riêng	써우 지응
살구	mơ	머
감	hồng	홍
참외	dưa lê vàng	즈아 레 방
파인애플	dứa	즈아
키위	quả kiwi	꾸아 키위
코코넛	dừa	즈어
사탕수수	mía đường	미아 드엉
포도	nho	노
밤	hạt dẻ	핫 제
대추	táo tầu	따오 떠우
딸기	dâu tây	저우 떠이
건포도	nho khô	뇨 코
체리	quả cherry	꽈 체리
블루베리	quả việt quất	꽈 비엣 꽛
라임	quả chnah màu xanh	꽈 짜잉 마우 싸잉
무화과	quả sung	꽈 스웅
석류	lựu	르우

Unit 02 채소, 뿌리식물 139쪽

고수나물	rau thơm	저우 텀
셀러리	rau tây	자우 떠이
양상추	xà lách	싸 라익
애호박	quả bí non	꽈 비 논
당근	cà rốt	까 좃
피망	ớt ngọt	으엇 으응
버섯	nấm	넘
감자	khoai tây	코와이 떠이
고추	quả ớt	꽈 웃
토마토	quả cà chua	꽈 까 쭈아
무	củ cải	꾸 까이
배추	cải thảo	까이 타오
마늘	tỏi	떠이
우엉	cây ngưu bàng	꺼이 응우 방

상추	rau xà lách	자우 싸 라익
시금치	rau bina	자우 비나
양배추	cải bắp	까이 밥
브로콜리	Bông cải xanh	봅 까이 쌍
양파	hành tây	하잉 떠이
호박	quả bí ngô	꽈 비 응오
고구마	khoai lang	콰이 랑
오이	dưa chuột	즈아 쪼웃
파	hành	하잉
콩나물	giá đỗ	자 도
생강	gừng	긍
미나리	rau cần	자우 껀
옥수수	ngô	응오
가지	cây cà	꺼이 까
송이버섯	nấm	넘
죽순	măng	망
파슬리	ngò tây	응오 떠이
도라지	cây hoa chuông	꺼이 화 쭈옹
깻잎	lá vừng	라 브엉
고사리	cây dương xỉ diều hâu	꺼이 즈엉 시 지우 허우
청양고추	quả ớt	꽈 으엇
팽이버섯	nấm kim châm	넘 낌 쩜
올리브	ô-liu	오 리우
쑥갓	rau cải cúc	자우 까이 꾹
인삼	nhân sâm	년 썸
홍삼	hồng sâm	홍 삼

Unit 03 수산물, 해조류 142쪽

오징어	con mực	꼰 믁
송어	cá hồi	까 호이
우럭	cá vược	까 브억
가물치	con cá quả	꼰 까 꾸아
고등어	cá thu	까 투
참조기	cá mòi không răng	까 모이 콤 장
메기	cá trê	까 쩨
복어	cá nóc	까 녹
새우	con tôm	꼰 똠
대구	cá tuyết thái bình dương	까 뚜엣 타이 빙 즈엉
연어	cá hồi	까 호이
전복	bào ngư	바오 응우
가리비 조개	con sò	꼰 소
갈치	cá kiếm	까 끼엠
게	con cua	꼰 끄아
잉어	lý ngư	리 우
붕어	cá chép	까 쩹
문어	bạch tuộc	바익 뚜옥
가재	tôm sông	똠 쏭
민어	cá đù mi-uy	까 두 미위
멍게	con cầu gai	꼰 꺼우 가이
성게	nhím biển	님 비엔
방어	cá trác sọc vàng	까 짝 솝 방
해삼	con hải sâm	꼰 하이 썸
명태	cá minh thái	까 밍 타이
삼치	cá thu Nhật Bản	까 투 녓 반
미더덕	midduk	미떡
굴	con hàu	꼰 하우
광어	cá bơn	까 번
고래	cá voi	까 보이
북어	cá pôlắc	까 뽈락
미역	rong biển	롱 비엔
김	rong biển ăn liền	종 비엔 안 리엔

Unit 04 육류 145쪽

소고기	thịt bò	팃 보
돼지고기	thịt lợn	팃 런

닭고기	thịt gà	팃 가
칠면조	gà tây	가 떠이
베이컨	thịt muối	팃 무이
햄	thịt dăm bông	팃 잠 봉
소시지	xúc xích	쑥 씩
육포	thịt khô	팃 코
양고기	thịt cừu	팃 꾸우

Unit 05 음료수　　　　　　　　　146쪽

콜라(코카콜라)	coca	꼬까
사이다(스프라이트)	chai soda(sprite)	짜이 소다
커피	cà phê	까페
핫초코	sô-cô-la nóng	쏘꼴라 놈
홍차	hồng trà	홍 짜
녹차	trà xanh	짜 싸잉
밀크버블티	trà sữa trân châu	짜 쓰아 쩐 쩌우
자스민차	trà jasmine	짜 자스민
밀크티	trà sữa	짜 쓰아
우유	sữa	쓰아
두유	sữa đậu	쓰아 더우
생수	nước suối	느억 쑤어이
오렌지주스	nước cam	느억 깜
레모네이드	sô đa chanh	쏘 자 짜잉
요구르트	sữa chua	쓰아 쯔아

Unit 06 기타식품 및 요리재료　　148쪽

치즈	phô mai	포 마이
요거트	yogurt	유겉
아이스크림	kem	껨
분유	sữa bột	쓰아 봇
버터	bơ	버
참치	cá ngừ	까 응우
식용유	dầu ăn	저우 안
간장	nước tương	느억 뜽
소금	muối	무이
설탕	đường	드엉
식초	giấm ăn	즘 안
참기름	dầu vừng	저우 븡
후추	hạt tiêu	핫 띠우
달걀	trứng	쯔응

Unit 07 대표요리　　　　　　　　150쪽
베트남요리 및 일반요리

분 보 후에	bún bò Huế	분 보 훼
월남쌈	gỏi cuốn	고이 꾸언
쩨(베트남 전통 디저트)	chè	쩨
스테이크	thịt bò bít tết	팃 보 빗 뗏
후 띠유	hủ tiếu	후 띠우
소고기 쌀국수	phở bò	퍼 버
닭고기 쌀국수	phở gà	퍼 가
바잉 꾸언	bánh cuốn	바잉 꾸언
포테이토칩	lát khoai tây	랏 코와이 떠이
바비큐	thịt nướng	팃 느엉
파스타	mì ý	미 이
바게뜨	bánh mì	바잉 미
분 팃 느엉	bún thịt nướng	분 팃 느엉
타르트	bánh gatô	바잉 가또
크레페	crepe	끄레페
만두	bánh bao	바잉 바오
바잉쎄오	bánh xèo	바잉 쎄오
샌드위치	bánh xăng uých	바잉 쌍 익
파니니	panini	빠니니
프라이드치킨	gà rán	가 잔
분짜	bún chả	분 짜
가정백반	cơm bình dân	껌 빈 전
분보남보	bún bò nam bộ	분 보 남 보

바잉 짜잉 쫀 (대표간식)	bánh tráng trộn	바잉 짜잉 쫀
바잉 짜잉 느엉(대표간식)	bánh tráng nướng	바잉 짜잉 느엉

한국식당요리 151쪽

라면	mì cay	미 까이
냉면	mì lạnh	미 라잉
삼계탕	món gà tần nhân sâm	몬 가 떤 년 썸
된장찌개	canh deonjang	까잉 된장
청국장찌개	canh cheongukjang	까잉 청국장
순두부찌개	canh đậu phụ	까잉 더우 푸
부대찌개	canh mì xúc xích	까잉 미 쑥 씩
갈비탕	canh sườn bò	까잉 쓰언 보
감자탕	canh xương heo	까잉 쓰엉 헤오
설렁탕	canh nhạt	까잉 냣
비빔밥	cơm trộn	껌 쫀
돌솥비빔밥	cơm trộn nồi đá	껌 쫀 노이 다
떡볶이	tteok bbo kki	떡 뽀끼
순대	dồi lợn	저이 런
오뎅탕	canh chả cá	까잉 짜 까
찐빵	bánh hỏi	바잉 호이
족발	chân giò lợn	쩐 조 런
팥빙수	món đá bào đậu đỏ	몬 다 마오 더우 도
떡	bánh bột gạo	바잉 봇 가오
해물파전	bánh kẹp hành hải sản	바잉 껩 하잉 하이 싼
김밥	gimbap	김밥
간장게장	cua ướp nước tương Ganjang	끄아 으업 느억 뜨엉 간장
김치	kimchi	낌찌
삼겹살	thịt ba chỉ	팃 바 찌

Unit 08 요리방식 154쪽

데치다	luộc sơ	루옥 써
굽다	nướng	느엉
튀기다	rán	잔
탕/찌개	canh	까잉
찌다	hấp	헙
무치다	ướp	으업
볶다	xào	싸오
훈제	hun khói	훈 코이
끓이다	đun sôi	돈 쏘이
삶다	luộc	루옥
섞다	pha trộn	파 쫀
휘젓다	quấy	꿔이
밀다	bào	바오
얇게 썰다	băm	밤
손질하다	mần	먼
반죽하다	nhào bột	냐오 봇

Unit 09 패스트푸드점 156쪽

롯데리아	lotteria	로떼리아
맥도날드	mcdonald's	맥도날
파파이스	popeyes	파빠이스
서브웨이	subway	섭 웨이
피자헛	pizzahut	피자헛
버거킹	burgerking	버거낑
KFC	kfc	께엡씨

Unit 10 주류 157쪽

맥주	bia	비아
고량주	rượu cao lương	지우 까오 르엉
하이네켄	heineken	하잉니껜
버드와이저	budweiser	벗와이저
기네스	guinness	기넷
소주	soju	소주
호가든	hoegaarden	호가아든

밀러	miller	밀라
샴페인	champagne	샴페이
양주	rượu Tây	지우 떠이
럼	rượu rum	지우 점
위스키	rượu uýt-ki	지우 윗 끼
보드카	rượu vốt-ca	지우 봇 까
데킬라	Tequila	떼낄라
레드와인	rượu nho đỏ	지우 노 도
화이트와인	rượu nho trắng	지우 노 짱
브랜디	brandy	브란디
마티니	martiny	마띠니
칼바도스	Calvados	깔바도스
사케	sake	사께
코냑	rượu cô-nhắc	지우 꼬 냑
막걸리	makgeoli	막깔리
동동주	rượu đong đong	지우 동 동
넵머이	Nếp Mới	넵 머이
루아 머이	Lúa Mới	루아 머이
과실주	rượu hoa quả	지우 화 꽈
복분자주	rượu quả mâm	지우 꽈 멈
매실주	rượu quả mận	지우 꽈 먼
정종	rượu nhật	지우 녓
칵테일	rượu cốctai	지우 꼭떼일

관련 단어 159쪽

과음	say rượu	싸이 지우
숙취해소제	thuốc giải rượu	투옥 자이 지우
알콜중독	nghiện rượu	응이엔 지우
술친구	bạn rượu	반 지우

Unit 11 맛 표현 160쪽

맛있는	ngon	응온
맛없는	không ngon	콤 응온
싱거운	nhạt	냣
뜨거운	nóng	놈
단	ngọt	응옷
짠	mặn	만
매운	cay	까이
얼큰한	cay nóng	까이 놈
신	chua	쭈아
쓴	đắng	당
떫은	chát	짯
느끼한	ngấy	응어이
고소한	thơm	텀
담백한	đạm bạc	담박
쫄깃한	dai	자이
비린	tanh	따잉
소화불량	khó tiêu hóa	코 띠우 화

관련 단어 161쪽

씹다	nhai	나이
영양분을 공급하다	cung cấp dinh dưỡng	꿍 껍 징 지응
과식하다	ăn không kiểm soát	안 콤 끼엠 쏘앗
먹이다	đút	둣
삼키다	nuốt	뉴옷
조금씩 마시다	uống dần dần	우엉 전 전
조리법	cách nấu ăn	까익 너우 안
날것의	thức ăn sống	특 안 송
썩다	thiu	티유
칼슘	canxi	까잉씨
단백질	chất đạm	쩟 담
비타민	vitamin	비따민
지방	mỡ	머
탄수화물	cacbon hydrat	까봄 히드랏
입맛에 맞다	hợp khẩu vị	헙 커우 비
무기질	chất vô cơ	쩟 보 꺼
에스트로겐	estrogen	에스뜨로젠

아미노산	a-xít amin	아씻 아민
체지방	mỡ trong cơ thể	머 쫌 꺼 테
피하지방	lớp mỡ dưới da	럽 머 즈이 자
열량(칼로리)	calo	깔로
영양소	chất dinh dưỡng	쩟 징 즈엉
포화지방	chất béo bão hòa	쩟 베오 바오 화
불포화지방	không chất béo bão hòa	콤 쩟 베오 바오 화
포도당	đường nho	즈엉 노
납	chì	찌

Chapter 09 쇼핑

Unit 01 쇼핑 물건　　　164쪽

의류

정장	com lê	껌 레
청바지	quần bò	꿘 보
티셔츠	áo sơ mi	아오 서 미
원피스	váy liền	바이 리엔
반바지	quần lửng	꿘 르응
치마	váy	바이
조끼	áo gi-lê	아오 지레
남방	áo sơmi mặc ko cài cúc	아오 서미 막 코 까이 꾹
와이셔츠	áo sơ mi	아오 서 미
재킷	áo khoác	아오 콰악
운동복	quần áo thể thao	꿘 아오 테 타오
오리털잠바	áo lông vịt	아오 롱 빗
스웨터	áo nỉ	아오 니
우의	áo mưa	아오 므어
내복	quần áo lót	꿘 아오 롯
속옷	quần áo lót	꿘 아오 롯
팬티	quần lót	꿘 롯
교복	đồng phục	동 푹

레이스	dây trang trí	자이 짱 찌
단추	khuy áo	퀴 아오
바지	quần	꿘
버클	khóa thắt lưng	콰 탓 르엉
브래지어	áo ngực	아오 윽
블라우스	áo choàng	아오 쪼앙
셔츠	áo sơ mi	아오 서 미
소매	tay áo	따이 아오
외투	áo khoác	아오 콰악
지퍼	khóa quần	콰 꿘
잠옷	quần áo ngủ	꿘 아오 우
아오자이	áo dài	아오자이
한복	hanbook	한북

신발, 양말　　　166쪽

신발	giày	자이
운동화	giày thể thao	자이 테 타오
구두	giày cao gót	자이 까오 곳
부츠	giày boot	자이 붓
슬리퍼	dép lê	젭 레
조리	dép	젭
(비 올 때 신는) 장화	ủng	우옹
양말	tất	땃
스타킹	quần tất	꿘 땃
샌들	giày búp bê	자이 붑 베

기타 액세서리　　　167쪽

모자	mũ	무
베트남 전통 모자	nón / nón lá	논 / 논라
가방	túi	뚜이
머리끈	dây buộc tóc	자이 부엑 똑
귀걸이	khuyên tai	퀴엔 따이
반지	nhẫn	년
안경	kính	낑

선글라스	kính râm	낑 점
지갑	ví	비
목도리	khăn	칸
스카프	khăn	칸
손목시계	đồng hồ đeo tay	동 호 데오 따이
팔찌	vòng tay	봉 따이
넥타이	cà là vạt	까 라 밧
벨트	thắt lưng da	텃 릉 자
장갑	găng tay	강 따이
양산	ô che nắng	오 쩨 낭
목걸이	vòng cổ	봉 꼬
브로치	vòng chân	봉 쩐
손수건	khăn tay	칸 따이
머리핀	kẹp tóc	껩 똡

기타용품 168쪽

비누	xà phòng	싸 뽕
가그린	súc miệng	숙 미응
물티슈	giấy ướt	자이 으읏
생리대	băng vệ sinh	방 베 싱
기저귀	bỉm	빔
우산	ô	오
담배	thuốc lá	투옥 라
라이터	bật lửa	벗 르아
건전지	pin	삔
쇼핑백	túi mua sắm	뚜이 무어 쌈
종이컵	cốc giấy	꼽 저이
컵라면	mỳ cốc	미 꼽
모기약	thuốc xịt muỗi	투옥 씻 무오이
방취제	bình xịt mùi	빙 씻 무이
면도크림	kem cạo dâu	껨 까오 저우
면도날	dao cạo dâu	자오 까오 저우
스킨	dưỡng da	즈엉 자
로션	sữa dưỡng	쓰아 즈엉

썬크림	kem chống nắng	껨 쫌 낭
샴푸	dầu gội	저우 고이
린스	dầu xả	저우 싸
치약	kem đánh răng	껨 다잉 장
칫솔	bàn chải đánh răng	반 짜이 다잉 장
손톱깎이	cắt móng tay	깟 몽 따이
화장지	giấy vệ sinh	저이 베 싱
립스틱	son môi	손 모이
비비크림	bb cream	비비 끄림
파운데이션	kem nền	껨 넨
빗	lược	르옥
사탕	kẹo	께오
껌	nhai	냐이
초콜릿	socola	쇼꼴라
아이섀도	lông mi	롱 미
매니큐어	sơn móng tay	선 몽따이
향수	nước hoa	느억 화
마스카라	chuốt mi	쭈엇 미
파스	cao dán	까오 잔
카메라	máy ảnh	마이 아잉
붓	bút lông	붓 롱
책	sách	싸잉
거울	gương	그엉
핸드폰 케이스	ốp điện thoại	옵 디엔 트와이
옥	ngọc bích	응옥 빅
금	vàng	방
은	bạc	박
청동	đồng	동
에센스	kem dưỡng	껨 즈엉
수분크림	kem dưỡng ẩm	껨 즈엉 엄
영양크림	kem dưỡng da	껨 즈엉 자

관련 단어 172쪽

짝퉁제품	sản phẩm giả	싼 펌 자
바코드	mã vạch	마 바익
계산원	người thanh toán	응어이 타잉 또안
선물	quà	꽈
상표	thương hiệu	트엉 히우
현금	tiền mặt	띠엔 맛
지폐	tiền giấy	띠엔 저이
동전	tiền xu	띠엔 수
환불	trả lại	짜 라이

Unit 02 색상 173쪽

빨간색	màu đỏ	마우 도
주황색	màu cam	마우 깜
노란색	màu vàng	마우 방
초록색	màu xanh lá cây	마우 싸잉 라 꺼이
파란색	màu xanh dương	마우 싸잉 즈엉
남색	màu chàm	마우 짬
보라색	màu tím	마우 띰
상아색	màu da trắng ngà	마우 자 짱 아
황토색	màu đỏ quạch	마우 도 꽉
검은색	màu đen	마우 덴
회색	màu xám	마우 쌈
흰색	màu trắng	마우 짱
갈색	màu nâu	마우 너우
분홍색	màu hồng	마우 홍

관련 단어 174쪽

의상	quần áo	꾠 아오
직물	hàng vải vóc	항 바이 봅
감촉	cảm nhận	깜 년
모피	da lông	자 롱
단정한	chừng	쯔엉
방수복	cái áo chống thấm	까이 아오 쫑 텀
차려입다	ăn mặc	안 막
장식하다	trang trí	짱 찌
사치	xa xỉ	싸 씨
어울리는	vừa phải	브아 파이

Unit 03 구매 표현 175쪽

이것	cái này	까이 나이
저것	cái kia	까이 끼아
더 화려한	hoa lệ hơn	화 레 헌
더 수수한	giản dị hơn	잔 지 헌
더 큰	to hơn	또 헌
더 작은	nhỏ hơn	뇨 헌
더 무거운	nặng hơn	낭 헌
더 가벼운	nhẹ hơn	네 헌
더 긴	dài hơn	자이 헌
더 짧은	ngắn hơn	응안 헌
유행상품	hàng hóa nổi tiếng	항 화 노이 띠응
다른 종류	loại khác	로와이 칵
다른 디자인	thiết kế khác	띠엣 께 칵
다른 색깔	màu khác	마우 칵
더 싼	rẻ hơn	제 헌
더 비싼	đắt hơn	닷 헌
신상품	sản phẩm mới	산 펌 머이
세일 상품	sản phẩm giảm giá	산 펌 잠 자
입다	mặc	막
신다	đi	디
메다	gánh	가잉
먹다	ăn	안
바르다	bôi	보이
들다	xách	싸익
만지다	sờ	써
쓰다	đội	도이
착용하다	đeo	데오

몇몇의	một số	못 쏘

관련 단어 177쪽

쇼핑몰	trung tâm thương mại	쯩 떰 트엉 마이
상품	sản phẩm	산 펌
하자가 있는	thiếu sót	티유 솟
환불	sự trả lại	쓰 짜 라이
구입하다	mua	무아
영수증	hoá đơn	화 던
보증서	giấy bảo đảm	저이 바오 담
세일	hạ giá	하 자
계산대	quầy thu ngân	꿔이 투 응언
저렴한	rẻ	제
품절된	hết hàng	헷 항
재고정리	chỉnh lý	찌잉 리
신상품	sản phẩm mới	산 펌 머이
공짜의	miễn phí	미엔 피

Chapter 10 도시

Unit 01 자연물 또는 인공물 178쪽

강	sông	송
과수원	vườn cây ăn trái	브언 꺼이 안 짜이
나무	cây	꺼이
논	đất cày	덧 까이
농작물	sản phẩm nông nghiệp	산 펌 농 이엡
동굴	động	동
들판	đồng bằng	동 방
바다	biển	비엔
밭	vườn	브언
사막	sa mạc	사 막
산	núi	누이
섬	đảo	다오
삼림	rừng	릉
습지	khu vực ẩm ướt	쿠 븍 엄 으엇
연못	đầm sen	덤 센
저수지	nơi chứa nước	노이 쯔아 느억
초원	thảo nguyên	타오 응우옌
폭포	thác	탁
해안	bờ biển	보 비엔
협곡	hẻm núi	헴 누이
호수	hồ	호
목장	trại chăn nuôi	짜이 짠 누오이
바위	hòn đá	혼 다

관련 단어 180쪽

수확하다	thu hoạch	투 확
씨를 뿌리다	gieo hạt	지에오 핫
온도	nhiệt độ	니엣 도
지평선, 수평선	đường chân trời	드엉 쩐 쩌이
화석	sự hóa đá	스 화 다
습도	độ ẩm	도 엄
대지	khu đất lớn	쿠 덧 런
모래	cát	깟
산등성이	rặng núi	장 누이

Unit 02 도시 건축물 181쪽

우체국	bưu điện	브우 디엔
은행	ngân hàng	응언 항
경찰서	đồn cảnh sát	돈 깐 쌋
병원	bệnh viện	벤 비엔
편의점	cửa hàng tiện lợi	끄아 항 띠엔 로이
호텔	khách sạn	칵 산
서점	nhà sách	냐 삭
백화점	cửa hàng bách hóa	끄아 항 박화

노래방	phòng karaokê	퐁 가라오케
커피숍	quán cà phê	꽌 카페
영화관	nhà hát	냐 핫
문구점	cửa hàng văn phòng phẩm	끄아항 반 퐁 펌
제과점	tiệm bánh kẹo	띠엠 반 께오
놀이공원	công viên giải trí	꽁 비엔 자이 찌
주유소	trạm xăng dầu	짬 쌍 저우
성당	nhà thờ	냐 터
교회	hội thánh	호이 탄
번화가	sự phồn hoa	스 폰 화
미술관	bảo tàng nghệ thuật	바오 땅 응에 투엇
학교	trường	쯔엉
이슬람사원	thờ Hồi giáo	토 호이 자오
분수	máy phun nước	마이 푼 느억
공원	công viên	꽁 비엔
댐	đập nước	답 느억
정원	vườn	브언
사우나	phòng tắm hơi	퐁 땀 호이
식물원	vườn bách thảo	브언 박 타오
동물원	vườn thú	브언 투
광장	quảng trường	꽝 쯔엉
다리	cầu	꺼우
박물관	bảo tàng	바오 땅
기념관	viện bảo tàng	비엔 바오 땅
약국	nhà thuốc	냐 투옥
소방서	trạm cứu hỏa	짬 끄 와
도서관	thư viện	투 비엔
미용실	tiệm tóc	띠엠 똑
관광안내소	trạm hướng dẫn du lịch	짬 흐엉 전 주 릭
세탁소	tiệm giặt	띠엠 잣
PC방	quán chát	꽌 짯
목욕탕	nhà tắm	냐 땀
발마사지샵	nhà mát xa chân	냐 맛 싸 쩐
마사지샵	nhà mát xa	냐 맛 싸

Chapter 11 스포츠, 여가

Unit 01 운동   **184쪽**

볼링	bôling	볼링
암벽등반	leo lên vách đá	레오 렌 박 다
활강	sự đi xuống	스 디 쑤엉
패러글라이딩	dù lượn	주 르언
번지점프	nhảy bungee	나이 번지
낚시	câu cá	꺼우 카
인공암벽	vách đá nhân tạo	박 다 년 따오
바둑	cờ vây	꼬 버이
카레이싱(자동차 경주)	đua xe ô tô	두어 쎄 오또
윈드서핑	môn lướt ván buồm	몬 으엇 반 부옴
골프	gôn	곤
테니스	ten nít, quần vợt	뗀 닛 / 꿘 봇
스키	sự trượt tuyết	스 쯔웃 뚜엣
유도	judo	쥬도
체조	thể thao	테 타오
승마	sự cưỡi ngựa	스 끄오이 응우아
축구	bóng đá	봉 다
배구	bóng chuyền	봉 쭈엔
야구	bóng chày	봉 짜이
농구	bóng rổ	봉 로
탁구	bóng bàn	봉 반
검술	kiếm thuật	끼엠 투엇
수영	sự bơi	스 보이

경마	đua ngựa	두어 응우아
권투	đấm bốc	덤 복
태권도	taekwondo	태권도
검도	kiếm đạo	끼엠 다오
무에타이	muay thái	무아이 타이
격투기	tiêm kích	띠엠 끽
씨름	sự vật nhau	스 벗 나우
당구	bi-a	비아
배드민턴	cầu lông	꺼우 롱
럭비	bóng bầu dục	봉 버우 죽
스쿼시	ép sân	엡 선
아이스하키	khúc côn cầu trên băng	쿡 콘 꺼우 쩬 방
핸드볼	bóng ném	봉 냄
등산 / 등산하다	sự leo núi / leo núi	스 레오 누이 / 레오 누이
인라인스케이트를 타다	chạy trượt pa-tin	짜이 쯔엇 빠띤
조정	chèo thuyền	쩨오 투옌
사이클	xe đạp	쎄 답
요가	yoga	요가
스카이다이빙	nhảy dù nghệ thuật	나이 주 응에 투엇
행글라이딩	diều bay lượn	지에우 바이 루온
피겨스케이팅	trượt băng nghệ thuật	쯔엇 방 응에 투엇
롤러스케이팅	pa-tanh	빠 딴
양궁	cung của phương Tây	꿍 꾸아 프엉 따이
스노클링	snorkel	스노클
스쿠버다이빙	lặn biển	란 비엔
해머던지기	ném búa	냄 부아
멀리뛰기	nhảy xa	나이 싸
창던지기	ném thương	냄 트엉
마라톤	chạy ma-ra-tông	짜이 마라똔
펜싱	đấu kiếm	더우 끼엠
쿵푸	kung fu	쿵푸
합기도	hợp khí đạo	홉 키 다오
공수도	karate	가라데
레슬링	đấu vật	더우 벗
스모	sumo	스모
줄넘기	nhảy dây	나이 저이
뜀틀	cầu ngựa	꺼우 응우아
에어로빅	aerobic	에어로빅
아령운동	thể dục cử tạ	테 죽 끄 따
역도	cử tạ	끄 따

관련 단어 189쪽

야구공	bóng chày	봉 짜이
야구방망이	cây gậy bóng chày	꺼이 거이 짜이
축구공	quả bóng	꾸아 봉
축구화	giày đá bóng	자이 다 봉
야구 글러브	bao tay	바오 따이
권투 글러브	găng đấu quyền Anh	장 더우 꾸엔 안
헬멧	mũ bảo hiểm	무 바오 히엠
테니스공	quả bóng quần vợt	꾸아 봉 꾸언 봇
라켓	vợt	봇
수영복	áo bơi	아오 보이
튜브	trò tuột ống nước	쪼 뚜옷 옹 느억
수영모	mũ bơi	무 보이
러닝머신	máy tập chạy bộ	마이 떱 짜이 보
코치	huấn luyện viên	후언 루엔 비안
유산소운동	thể dục nhịp điệu	테 죽 닙 디에우
무산소운동	thể dục thiếu không khí	테 죽 티에우 콩 키
근력운동	tập thể thao tăng	떰 테 타오 땅

호흡운동(숨쉬기운동)	tập thể hô hấp	떱 테 호 헙
수경	kính bơi	낀 보이

Unit 02 오락, 취미 — 190쪽

한국어	베트남어	발음
영화 감상	xem phim	쌤 핌
음악 감상	nghe nhạc	응에 냑
여행	du lịch	주 릭
독서	đọc sách	독 삭
춤추기	(전통) múa / (현대) nhảy	무아 / 냐이
노래 부르기	hát bài	핫 바이
운동	tập thể dục	떱 테 죽
등산	leo núi	레오 누이
수중잠수	lặn xuống nước	란 쑤엉 느억
악기 연주	biểu diễn nhạc	비에우 지엔 냑
요리	nấu ăn	너우 안
사진 찍기	chụp ảnh 쭙 안
정원 가꾸기	tạo ra vườn	따오 라 부언
우표 수집	thu thập thư	투 텁 트
낚시	câu cá	꺼우 카
십자수	Thêu chữ thập	테우 쯔 텁
TV 보기	xem TV	쌤 띠비
드라이브	chạy xe	짜이 쎄
빈둥거리기	rong chơi	종 쩌이
인터넷	internet, mạng	인터넷, 망
게임	chơi game	쩌이 게임
아이쇼핑하기	xem đồ	쌤 도
캠핑 가기	cắm trại	껌 짜이
포커	xì-phế	씨 패
장기	cờ tướng	꼬 쯔엉
도예	nghệ thuật đồ gốm	응에 투엇 도 곰
뜨개질	việc đan	비엑 단
맛집 탐방	đi thăm quán ăn ngon	디 탐 판 안 응온
일하기	làm việc	람 비엑

Unit 03 악기 — 193쪽

기타	ghi-ta	기타
피아노	piano	피아노
색소폰	saxophone	색소폰
플루트	cây sáo	꺼이 사오
하모니카	kèn ácmônica	켄 악모니까
클라리넷	kèn clarinet	켄 클라리넷
트럼펫	kèn trompet	켄 트롬펫
하프	hạc	학
첼로	xelô	쎌로
아코디언	ắc-cóc	악 꼭
드럼	trống	쫑
실로폰	mộc cầm	목 껌
거문고	đàn gemungo	단 거문고
가야금	đàn gayageum	단 가야금
대금	ống đaegeum	옹 대금
장구	trống Janggu	쫑 장구
징	cồng	꽁
해금	ống heageum	옹 해금
단소	sáo ngắn	사오 응안
리코더	sáo recorder	싸오 리코더
오카리나	kèn ocarina	켄 오카리나
바이올린	vi-ô-lông	비롱
비올라	đàn viola	단 비올라

Unit 04 여가 — 195쪽

휴양하다	nghỉ ngơi	응이 응오이
관광하다	đi tham quan	디 탐 판
기분전환하다	thay đổi tâm trạng	타이 도이 떰 짱
참관하다	tham quan	탐 판
탐험하다	thám hiểm	탐 히엔
건강관리	giữ gìn sức khoẻ	지으 진 쓱 쾌

Unit 05 영화

한국어	베트남어	발음
영화관	nhà hát	냐 핫
매표소	Cửa bán vé	끄아 반 베
히트작	tác phẩm được yêu thích	딱 펌 드억 에우 틱
매점	quán	꽌
공포영화	phim kinh dị	핌 낀 지
코미디영화	phim hài	핌 하이
액션영화	phim hành động	핌 항동
어드벤처영화	siêu anh hùng	시우 안 훙
스릴러영화	phim hành động	핌 항동
주연배우	diễn viên chính	지엔 비엔 찐
조연배우	diễn viên phụ	지엔 비언 푸
남주인공	nhân vật nam	년 벗 남
여주인공	nhân vật nữ	년 벗 느
영화사	công ty điện ảnh	꽁 띠 디엔 인
감독	đạo diễn	다오 지엔

관련 단어

뮤지컬영화	phim âm nhạc	핌 엄악
다큐멘터리영화	phim tư liệu	핌 뜨 리우
로맨틱영화	phim lãng mạn	핌 랑만

Part 2 여행 단어

Chapter 01 공항에서

Unit 01 공항

국내선	tuyến bay nội địa	뚜엔 바이 노이 디아
국제선	tuyến bay quốc tế	뚜엔 바이 꾸옥 떼
탑승창구	cửa lối lên máy bay	끄아 로이 렌 마이 바이
항공사	công ty hàng không	꽁띠 항콩
탑승수속	thủ tục lên máy bay	투 뚝 렌 마이 바이
항공권	vé máy bay	베 마이 바이
여권	hộ chiếu	호 찌우
탑승권	thẻ lên máy bay	테 렌 마이 바이
금속탐지기	máy dò kim loại	마이 조 낌 로아이
창가 좌석	ghế gần cửa sổ	게 건 끄아 소
통로 좌석	ghế gần lối đi	게 건 로이 디
위탁수하물	hành lý ký gửi	행 리 끼 그이
수하물 표	vé hành lý	베 항리
초과 수하물 운임	phí hành lý quá nhiều	피 한 리 꽈 니에우
세관	thuế quan	두에 꽌
신고하다	đăng ký	당 끼
출국신고서	tờ khai xuất cảnh	또 카이 쑤엇 깐
면세점	cửa hàng miễn thuế	끄아 항 미엔 투에
입국심사	thẩm tra nhập cảnh	탐 짜 녑 깐
여행자 휴대품 신고서	tờ khai vật dụng cầm tay du khách	또 카이 밧 중 껌 따이 주 칵
비자	thị thực	티 특
세관원	nhân viên thuế quan	년 비엔 투에 꽌

관련 단어

목적지	nơi đến	노이 덴
도착	đến	덴
방문 목적	mục đích đến	묵 딕 덴
체류기간	thời gian ở	터이 지안 오

입국 허가	cho phép nhập cảnh	쪼 펩 녑 깐
검역소	sở kiểm dịch	소 끼엠 직
수하물 찾는 곳	nơi tìm hành lý	노이 띰 항 리
리무진 버스	xe hòm	쎄 홈

Unit 02 기내 탑승 204쪽

창문	cửa sổ	끄아 소
승무원	tiếp viên hàng không	띠엡 비엔 항 콩
머리 위의 짐칸	lên khoang hành lý	렌 팡 항 리
에어컨	máy lạnh	마이 란
조명	đèn	덴
모니터	màn hình máy vi tính	만 힌 마이 비 띤
좌석(자리)	ghế	게
구명조끼	áo phao cứu hộ	아오 파오 끄 호
호출버튼	nút gọi	눗 고이
(기내로 가져온) 짐	hành lý trong máy bay	항리 쫑 마이 바이
안전벨트	dây an toàn	저이 안 또안
통로	lối đi	로이 디
비상구	lối thoát hiểm	로이 토앗 히엠
화장실	nhà vệ sinh	냐 베 신
이어폰	ống nghe	옹 응에

조종실	phòng vận hành	퐁 반 항
기장	cơ trưởng	꼬 쯔엉
부기장	kế toán trưởng	께 또안 쯔엉
활주로	đường băng	드엉 방

관련 단어 206쪽

도착 예정 시간	thời gian dự định đến	터이 지안 쥬 딘 덴
이륙하다	cất cánh	껏 깐
착륙하다	hạ cánh	하 깐
무료 서비스	dịch vụ miễn phí	직 부 미엔 피
(화장실 등이) 사용 중	đang sử dụng	당 스 중
금연 구역	khu vực cấm hút thuốc	쿠 북 껌 훗 투옥
시차 피로	mệt chênh lệch múi giờ	멧 짼 렉 무이 져
~를 경유하여	quá	꾸아
직항	bay thẳng	바이 탕
좌석 벨트를 매다	buộc	부옥
연기, 지연	kéo dài	께오 자이

Unit 03 기내 서비스 207쪽

신문	báo	바오
면세품 목록	mục lục hàng miễn thuế	묵 룩 항 미엔 투에
잡지	tạp chí	땁 찌
담요	chăn mền	짠 멘
베개	gối	고이
입국카드	thẻ nhập cảnh	테 녑 까잉
티슈	giấy ăn	져이 안
음료수	nước ngọt	느억 응옷
기내식	đồ ăn trên máy bay	도 안 쩬 마이 바이
맥주	bia	비아
와인	rượu nho	즈우 뇨
물	nước	느억
커피	cà-phê	카페
차	trà	짜

관련 단어 209쪽

이륙	cất cánh	껏 깐
착륙	hạ cánh	하 깐
홍차	hồng trà	홍 짜

물티슈	khăn ướt	칸 으엇
샐러드	sa lát	사 랏
알로에주스	nước aloe	느억 알로에
탄산음료	nước có ga	느억 꼬 가

Chapter 02 입국심사

Unit 01 입국목적 210쪽

비즈니스	kinh doanh	낀 조안
여행	du lịch	주 릭
관광	sự tham quan	스 땀 꽌
회의	cuộc họp	꾹 홉
취업	có việc	꼬 비엑
거주	cư trú	끄 쭈
친척 방문	thăm họ hàng	탐 호 항
공부	học	혹
귀국	về nước	베 느억
휴가	kỳ nghỉ	끼 응이

Unit 02 거주지 212쪽

호텔	khách sạn	칵 산
친척집	nhà họ hàng	냐 호 항
친구집	nhà bạn	냐 반

Chapter 03 숙소

Unit 01 예약 214쪽

예약	đặt trước	닷 느억
체크인	nhập phòng	녭 퐁
체크아웃	trả phòng	짜 퐁
싱글룸	phòng đơn	퐁 돈
더블룸	phòng 2 đơn	퐁 하이 돈
트윈룸	phòng đôi	퐁 도이
스위트룸	phòng đa chức năng	퐁 다 쯕 낭
일행	nhóm	놈
흡연실	phòng hút thuốc	퐁 훗 툭
금연실	phòng cấm hút thuốc	퐁 컴 훗 툭
방값	tiền thuê phòng	띠엔 투에 퐁
예약번호	số đặt vé	소 닷 베
방카드	thẻ phòng	테 퐁

관련 단어 215쪽

보증금	tiền bảo lãnh	띠엔 바오 란
환불	trả lại	짜 라이
봉사료	phí phục vụ	피 푹 부

Unit 02 호텔 216쪽

프런트	đại sảnh	다이 산
접수계원	tiếp tân	띠엡 떤
도어맨	người canh cửa	응어이 깐 끄아
벨보이	người vận chuyển	응어이 번 쭈엔
사우나	phòng tắm hơi	퐁 땀 호이
회의실	Phòng họp	퐁 홉
레스토랑	nhà hàng	냐 항
룸메이드	bạn cùng phòng	반 꿍 퐁
회계	kế toán	께 또안

Unit 03 숙소 종류 218쪽

호텔	khách sạn	칵 산
캠핑	cắm trại	깜 짜이
게스트하우스	nhà khách	냐 칵
유스호스텔	nhà nghỉ thanh niên	냐 응이 타잉 리엔
민박	nhà trọ	냐 쩌
여관	nhà nghỉ	냐 응이
대학 기숙사	ký túc xá	기 뚝 싸

Unit 04 룸서비스 220쪽

한국어	베트남어	발음
모닝콜	gọi thức giấc	고이 특 지악
세탁	giặt	쟛
다림질	ủi	우이
드라이클리닝	giặt khô	쟛 코
방 청소	dọn dẹp phòng	존 젭 퐁
식당 예약	đặt trước nhà hàng	닷 쯔 냐 항
안마	mát-xa	맛 싸
식사	bữa ăn	브아 안
미니바	bar nhỏ	바 뇨
팁	tiền boa	띠엔 보아

Chapter 04 교통

Unit 01 탈것 222쪽

한국어	베트남어	발음
비행기	máy bay	마이 바이
헬리콥터	máy bay trực thăng	마이 바이 쯕 탕
케이블카	cáp treo	깝 쩨오
여객선	thuyền chở khách	투엔 쪼 칵
요트	thuyền buồm nhẹ	투엔 부옴 녜
잠수함	tàu ngầm	따우 응엄
자동차	xe ô-tô	쎄 오또
버스	xe buýt	세 부잇
기차	xe lửa	쎄 르아
지하철	tàu điện ngầm	따우 디엔 응엄
자전거	xe đạp	쎄 답
트럭	xe tải	쎄 따이
크레인	cần trục	껀 쭉
모노레일	đường một ray	드엉 못 레이
소방차	xe cứu hỏa	쎄 끄 화
구급차	xe cấp cứu	쎄 껍 끄우
이층버스	xe buýt hai tầng	세 부잇 하이 떵
견인차	xe kéo	쎄 께오
고속버스	xe buýt cao tốc	쎄 부인 까오 똑
레미콘	xe bê tông tươi	쎄 베 통 뜨어이
순찰차	xe tuần tra	쎄 뚜언 짜
오토바이	xe máy	쎄마이
증기선	tàu thủy chạy bằng hơi nước	따우 투이 짜이 방 호이 느억
지게차	xe nâng	쎄 넝
열기구	chiếc khinh khí cầu	찌엑 낀 키 꺼우
스포츠카	xe thể thao	쎄 테 타오
밴	xe tải loại nhỏ	쎄 따이 로아이 뇨

Unit 02 자동차 명칭 / 자전거 명칭 225쪽

한국어	베트남어	발음
엑셀 (가속페달)	bàn đạp	반 답
브레이크	phanh	판
백미러	gương chiếu hậu	그엉 찌에우 허우
핸들	tay lái	따이 라이
클랙슨	còi điện	꼬이 디엔
번호판	biển số xe	비엔 소 쎄
변속기	hộp số	홉 소
트렁크	túi du lịch	뚜이 주 릭
클러치	bộ ly hợp	보 리 홉
안장	yên	이엔
앞바퀴	bánh xe trước	반 쎄 쯔억
뒷바퀴	bánh xe sau	반 쎄 싸우
체인	dây xích	저이 씩
페달	bàn đạp	반 답

관련 단어 227쪽

안전벨트	dây an toàn	저이 안 또안
에어백	túi khí	뚜이 키
배터리	pin	핀
엔진	động cơ	동 꼬
LPG	lpg	엘 피 지
윤활유	dầu bôi trơn	저우 보이 쫀
경유	dầu lửa	저우 르아
휘발유	xăng	쌍
세차	rửa xe	즈아 쎄

Unit 03 교통 표지판 228쪽

양보	sự nhường	스 느엉
일시정지	tạm dừng	땀 즁
추월금지	cấm vượt	껌 브엇
제한속도	tốc độ giới hạn	똑 도 저이 한
일방통행	đường một chiều	드엉 못 찌에우
주차금지	cấm đỗ xe	껌 도쎄
우측통행	đi bên phải	디 벤 파이
진입금지	cấm vào	껌 바오
유턴금지	cấm quay xe	껌 꽈이 쎄
낙석도로	đường đá lở	드엉 다 러
어린이 보호구역	khu vực bảo vệ trẻ em	쿠 북 바오 베 쩨 엠

Unit 04 방향 230쪽

좌회전	rẽ trái	제 짜이
우회전	rẽ phải	제 파이
직진	đi thẳng	디 탕
백(back)	đi lùi	디 루이
유턴	quay xe	꾸아이 쎄
동서남북	đông tây nam bắc	동 떠이 남 박

관련 단어 231쪽

후진하다	đi lùi	디 루이
고장 나다	bị hư	비 흐
(타이어가) 펑크 나다	bị thủng	비 퉁
견인하다	kéo	께오
갈아타다	đổi	도이
교통 체증	tắc đường	딱 드엉
주차위반 딱지	giấy phạt vi phạm đỗ xe	저이 팟 비 팜 도 쎄
지하철노선도	bản đồ tàu điện ngầm	반도 따우디엔 응엄
대합실	phòng đợi	퐁 도이
운전기사	người lái xe	응어이 라이 쎄
운전면허증	bằng lái xe	방 라이 쎄
중고차	xe ô-tô cũ	쎄 오토 꾸

Unit 05 거리 풍경 232쪽

신호등	đèn tín hiệu	덴 띤 히에우
횡단보도	lối sang đường	로이 상 드엉
주유소	trạm xăng dầu	짬 쌍 저우
인도	đường bộ hành	드엉 보 항
차도	đường xe chạy	드엉 쎄 짜이
고속도로	đường cao tốc	드엉 까오 똑
교차로	đường giao nhau	드엉 자오 냐우
지하도	đường hầm	드엉 험
버스정류장	bến xe buýt	벤 쎄 부잇
방향표지판	biển báo	비엔 바오
육교	cầu chui	꺼우 쭈이
공중전화	điện thoại công cộng	디엔 토아이 꽁꽁

Chapter 05 관광

Unit 01 베트남 대표 관광지　　　234쪽

한국어	베트남어	발음
요정의 샘물	Suối Tiên	수오이 띠엔
빈펄랜드	Vinpearl Land	빈펄 랜드
나짱	Nha Trang	냐 짱
하노이 레닌 공원	Công Viên Lênin	꽁비엔 레닌
호치민 동상	tượng đồng chủ tịch Hồ chí Minh	트엉 동 쭈 띡 호 치 민
베트남 역사 박물관	Bảo tàng lịch sử Việt Nam	바오 땅 릭스 비엣 남
타임스 스퀘어 사이공	Toà nhà Times Square	또아 냐 타임스 스퀘어
퐁고르 폭포	Thác Pongour	탁 퐁고르
용다리	Cầu Rồng	꺼우 종
푸꼭섬	đảo Phú Quốc	다오 푸 꾹
꾹프엉 국립공원	Vườn quốc gia Cúc Phương	브언 꾸옥 쟈 꾹 프엉
판시팡 산	núi Phan Xi Păng	누이 판 씨 팡
덤센 공원	Công viên Văn hoá Đầm Sen	꽁 비엔 반 화 덤 선
수오이 띠엔 놀이공원	Khu Du lịch Văn hóa Suối Tiên	쿠 주 릭 반 화 수오이 띠엔
퐁냐께방 국립공원	Vườn Quốc gia Phong Nha Kẻ Bàng	브언 꾸옥 쟈 퐁 냐 케 방
베트남 전쟁 박물관	Bảo tàng Chứng tích Chiến tranh	바오 땅 쯩 띡 찌엔 짠
응옥선 사당	Đền Ngọc Sơn	덴 응옥 선
통일궁	Dinh Độc Lập	진 독 럽
일주사	Chùa Một Cột	쭈아 못 꽃
호이안 구도심	Phố cổ Hội An	포 꼬 호이 안
호안끼엠 호수	Hồ Hoàn Kiếm	호 호안 끼엠
노트르담 성당	Nhà thờ Đức Bà	냐 터 득 바
통일궁 대분수	Đài phun nước dinh Độc lập	다이푼 느억 진 독 럽
성 요셉 성당	Nhà Thờ Lớn	냐 터 런
서호	Hồ Tây	호 떠이
안남산맥	rặng núi Tam Đảo	장 누이 땀 다오
티엔무 사	Chùa Thiên Mụ	쭈아 티엔 무
깟바 섬	đảo Cát Bà	다오 깟 바
호치민시 인민위원회	Ủy ban Nhân dân Thành phố Hồ Chí Minh	우이 반 년 젼 타잉 포 호 치 민
탕롱 황성	Hoàng Thành Thăng Long	호앙 타잉 탕 롱
후에성	Kinh thành Huế	낀 타잉 후에
오행산	Thắng cảnh Ngũ Hành Sơn	탕 깐 응우 한 선
황법사	Chùa Hoằng Pháp	쭈어 호앙 팝
화이트 샌드	Đồi Cát Trắng	도이 깟 짱
오페라 하우스	Nhà hát Thành Phố	냐 핫 타잉 포
한 다리	cầu Hàn	꺼우 한
사이공 동물원	Thảo Cầm Viên Sài Gòn	타오 껌 비엔 사이 공
바익마 국립공원	Vườn quốc gia Bạch Mã	브언 꾸옥 쟈 박익 마
천국의 동굴	Hang Thiên Đường	항 티엔 드엉
하롱베이	Vịnh Hạ Long	빈 하 롱

Unit 02 볼거리(예술 및 공연)　　　238쪽

한국어	베트남어	발음
연극	kịch	끽
가면극	mặt nạ diễn kịch	맛 나 지엔 끽

아이스쇼	chương trình trên băng	쯔엉 찐 쩬 방
서커스	xiếc	씨엑
발레	múa ba lê	무아 바 레
팬터마임	kịch câm	끽 껌
1인극	kịch một vai	끽 못 바이
난타	sự đánh bừa bãi	쓰 단 브아 바이
락 페스티벌	liên hoan nhạc rock	리엔 호안 냑 락
콘서트	buổi hòa nhạc	부오이 호아 냑
뮤지컬	Âm nhạc	엄 냑
클래식	âm nhạc cổ điển	엄 냑 꼬 디엔
오케스트라	ban nhạc	반 냑
마당놀이	trò chơi trên sân	쪼 쩌이 쩬 선
국악공연	sự diễn nhạc truyền thống	스 지엔 냑 쭈엔 통

관련 단어   239쪽

관객, 청중	khán giả	칸 지아

Unit 03 나라 이름   240쪽

아시아	châu Á	쩌우 아
대한민국 (한국)	Hàn Quốc	한 꾸옥
중국	Trung Quốc	쭝 꾸옥
일본	Nhật Bản	녓 반
대만	Đài Loan	다이 로안
필리핀	Philippine	필리핀
인도네시아	Nam dương	남 즈엉
인도	Ấn Độ	언 도
파키스탄	Pakistan	파키스탄
우즈베키스탄	Uzbekistan	우즈베키스탄
카자흐스탄	Kazakhstan	카자흐스탄
러시아	Nga	응아
몽골	Mông cổ	몽 꼬
태국	Thái Lan	타이 란

유럽	châu Âu	**241쪽**
스페인	Tây Ban Nha	떠이 반 냐
프랑스	Pháp	팝
포르투갈	Bồ Đào Nha	보 다오 냐
아이슬란드	Ai-xơ-len	아이 쏘 렌
스웨덴	Thụy Điển	투이 디엔
노르웨이	Na Uy	냐 우이
핀란드	Phần Lan	펀 란
아일랜드	Ai-rơ-len	아이 조 렌
영국	Anh	안
독일	Đức	득
라트비아	Latvia	라트비아
벨라루스	Belarus	벨라루스
우크라이나	Ukraina	우크리나
루마니아	Rumani	루마니
이탈리아	Ý	이
그리스	Hy Lạp	희 랍

북아메리카	Bắc Mỹ	**242쪽**
미국	Mỹ	미
캐나다	Canada	께나다
그린란드	đảo Greenland	다오 그린란드

남아메리카	Nam Mỹ	**242쪽**
멕시코	Mêxicô	메씨꼬
쿠바	Cuba	꾸바
과테말라	Guatemala	과테말라
베네수엘라	Venezuela	베네수엘라
에콰도르	Ê-cu-a-đo	에 꾸아 도
페루	Peru	페루
브라질	Brazin	브라진
볼리비아	Bolivia	볼리비아
파라과이	Paraguay	파라과이

칠레	Chilê	칠레
아르헨티나	Ác-hen-ti-na	악 헨 띠 나
우루과이	U-ru-guay	우 루 과이

중동	Trung đông	**243쪽**
터키(튀르키예)	Thổ Nhĩ Kỳ	토 니 끼
시리아	Syria	시리아
이라크	Irắc	이락
요르단	Jordan	조르단
이스라엘	Israel	이스라엘
레바논	Libăng	리방
오만	Oman	오만
아프가니스탄	Áp-ga-nix-tăng	압가 닉 땅
사우디아라비아	Ả rập Saođi	아 랍 사오디

아프리카	châu Phi.	**244쪽**
모로코	Ma rốc	마 족
알제리	Algeria	알제리아
리비아	Lybi	리비
수단	Sudan	수단
나이지리아	Nigeria	나이지리아
에티오피아	Ê-ti-ô-pi-a	에 띠 오 피아
케냐	Kenya	케냐

오세아니아	Châu Đại dương	**244쪽**
오스트레일리아	Úc	욱
뉴질랜드	New Zealand	뉴질 랜드
피지	Fiji	피지

관련 단어		**246쪽**
국가	quốc gia	꾹 지아
인구	dân số	전 소
수도	thủ đô	투 도
도시	thành phố	타잉 포
시민	công dân	꽁 전
분단국가	đất nước bị chia cắt	덧 느억 비 찌아 깟
통일	sự thống nhất	쓰 통 년
민주주의	chủ nghĩa dân chủ	쭈 응이야 전 쭈
사회주의	chủ nghĩa xã hội	쭈 응이야 싸 오이
공산주의	chủ nghĩa Cộng sản	쭈 응이야 꽁 산
선진국	nước tiên tiến	느억 띠엔 띠엔
개발도상국	nước đang phát triển	느억 당 팟 찌엔
후진국	nước kém phát triển	느억 껨 팟 찌엔
전쟁	sự chiến tranh	쓰 찌엔 짠
분쟁	sự tranh cãi	스 짠 까이
평화	hòa bình	화 빈
고향	quê hương	꾸에 흐엉
이민	di dân	지 전
태평양	Thái Bình Dương	타이 빈 즈엉
대서양	Đại Tây Dương	다이 떠이 즈엉
인도양	Ấn Độ dương	언도 즈엉
3대양	ba đại dương	바 다이 즈엉
7대주	bảy châu lục	바이 쩌우 룩

Unit 04 베트남 도시		**248쪽**
하노이	Hà Nội	하 노이
호치민	Thành Phố Hồ Chí Minh	타잉 포 호 치 민
판티엣	Phan Thiết	판 티엣
나짱	Nha Trang	냐 짱
다낭	Đà Nẵng	다 낭
호이안	Hội An	호이 안
사파	Sa Pa	사 파

하롱	Hạ Long	하 롱
후에	Huế	후에
달랏	Đà Lạt	다 랏
하이퐁	Hải Phòng	하이 퐁
붕따우	Vũng Tàu	붕 따우
동허이	Đồng Hới	동 허이

Part 3 비즈니스 단어

Chapter 01 경제　　　252쪽

값이 비싼	đắt	닷
값이 싼	rẻ	제
경기 불황	Kinh tế kho khăn	낀 떼 코 깐
경기 호황	kinh tế hịnh vượng	낀 떼 힌 브엉
수요	sự yêu cầu	쓰 이우 꺼우
공급	sự cung cấp	쓰 꿍 껍
고객	khách hàng	칵 항
낭비	lãng phí	랑 피
도산, 파산	phá sản	파 산
불경기	thời kỳ khó khăn	터이 끼 코칸
물가 상승	giá cả tăng	쟈 까 땅
물가 하락	giá cả giảm	쟈 까 지엄
돈을 벌다	kiếm tiền	끼엠 띠엔
무역수지 적자	tổn thất thương mại	똔 텃 트엉 마이
무역수지 흑자	lời thương mại	로이 트엉 마이
상업광고	quảng cáo	꽝 까오
제조/생산	sản xuất	산 쑤엇
수입	thu nhập	투 녑
수출	xuất khẩu	쑤엇 커우
중계무역	thương mại chuyển tiếp	쓰엉 마이 쭈엔 띠엡
수수료	tiền thù lao	띠엔 투 라오
이익	lợi ích	로이 익
전자상거래	thương mại điện tử	트엉 마이 디 엔 뜨
투자하다	đầu tư	더우 뜨

관련 단어　　　254쪽

독점권	quyền độc quyền	꾸엔 독 꾸엔
총판권	độc quyền	독 꾸엔
상표권	quyền đăng ký nhãn hiệu	꾸엔 당 끼 냔 히에우
상표권 침해	xâm phạm nhãn hiệu	썸 팜 냔 히에우
특허권	quyền sở hữu công nghiệp	꾸엔 소 흐 꽁 입
증명서	giấy chứng minh	자이 쯩 민
해외법인	chi nhánh nước ngoài	찌 냔 느억 응와이
자회사	công ty con	꽁 띠 콘
사업자등록증	giấy đăng ký kinh doanh	져이 당 끼 낀 요안
레드오션전략	chiến lược đại dương đỏ	찌엔 르억 다 이 즈엉 도
블루오션전략	chiến lược đại dương xanh	찌엔 르억 다 이 즈엉 싸잉
퍼플오션전략	chiến lược đại dương tím	찌엔 르억 다 이 즈엉 띰
가격 인상	tăng giá	땅 쟈
포화상태	tình trạng bão hòa	띤 짱 바오 화
계약	hợp đồng	홉 동
합작	sự hợp tác	쓰 홉 딱
할인	sự giảm giá	쓰 잠 쟈
성공	thành công	탕 꽁
실패	thất bại	텃 바이
벼락부자	người mới phất lên	응어이 보이 팟 렌

Chapter 02 회사

Unit 01 직급, 지위 256쪽

회장	chủ tịch	쭈 띡
사장	giám đốc	잠 독
부사장	phó giám đốc	포 잠 독
부장	trưởng phòng	쯔엉 퐁
차장	phó trưởng phòng	포 쯔엉 퐁
과장	trưởng chuyền	쯔엉 쭈엔
대리	phó chuyền	포 쭈엔
주임	chủ nhiệm	쭈 니엠
사원	nhân viên	년 비엔
상사	người cấp trên	응어이 깝 오 쩬
동료	đồng liêu	동 리에우
부하	nhân viên cấp dưới	년 비엔 깝 즈어이
신입사원	nhân viên mới	년 비엔 머이
계약직	nhân viên hợp đồng	년 비엔 홉 동
정규직	nhân viên chính quy	년 비엔 찐 퀴

관련 단어 257쪽

임원	lãnh đạo	란 다오
고문	cố vấn	꼬 번
전무	giám đốc điều hành	잠 독 디에우 항
상무	phó giám đốc điều hành	포 잠 독 디에우 항
대표	đại biểu	다이 비에우

Unit 02 부서 258쪽

구매부	bộ phận thu mua	보 펀 투 무아
기획부	bộ phận kế hoạch	보 펀 께 확
총무부	bộ phận hành chính	보 펀 항 찐
연구개발부	bộ phận nghiên cứu phát triển	보 펀 응인 끄우 팟 찌엔
관리부	bộ phận quản lí	보 펀 꽌 리
회계부	bộ phận kế toán	보 펀 께 또안
영업부	bộ phận buôn bán	보 펀 부온 반
인사부	bộ phận nhân sự	보 펀 년 쓰
홍보부	bộ phận quảng bá	보 펀 꽝 바
경영전략부	bộ phận chiến lược kinh doanh	보 펀 찌엔 르억 낀 조안
해외영업부	bộ phận buôn bán nước ngoài	보 펀 부온 반 느억 응와이

Unit 03 근무시설 및 사무용품 260쪽

컴퓨터	máy vi tính	마이 비 띤
키보드	bàn tính	반 띤
모니터	màn hình máy vi tính	만 힌 마이 비 띤
마우스	chuột	쭈옷
태블릿	máy tính bảng	마이 띤 방
노트북	máy tính xách tay	마이 띤 싹 따이
책상	bàn	반
서랍	ngăn kéo	응안 께오
팩스	fax / máy fax	팩스 / 마이 팍스
복사기	máy phô tô	마이 포 또
전화기	điện thoại	디엔 토아이
A4용지	giấy A4	져이 아 본
스캐너	máy quét	마이 꾸엣

계산기	máy tính	마이 띤
공유기	internet không dây	인터넷 콩 저이
일정표	bảng chương trình	방 쯔엉 찐
테이블	bàn	반
핸드폰	điện thoại di động	디엔 토아이 지 동
스마트폰	điện thoại thông minh	디엔 토아이 통 민

관련 단어 262쪽

재부팅	khởi động lại	코이 동 라이
아이콘	biểu tượng	비에우 쯔엉
커서	con trỏ	꼰 쩌
클릭	nhấp chuột	녑 쭈옷
더블클릭	nhấp chuột 2 lần	녑 쭈옷 하이 런
홈페이지	homepage	홈 페이지
메일주소	địa chỉ e-mail	디아 찌 이 메일
첨부파일	tệp tin	뗍 띤
받은편지함	thùng thư nhận e-mail	퉁 트 년 이 메일
보낸편지함	thùng thư gửi e-mail	퉁 트 그이 이 메일
스팸메일	tin nhắn rác hết	띤 냔 작 헷
댓글	bình luận	빈 루언
방화벽	tường chống lửa	뜨엉 쫑 르아

Unit 04 근로 263쪽

고용하다	tuyển dụng	뚜엔 즁
고용주	người thuê lao động	증어이 투에 라오 동
임금/급료	tiền lương	띠엔 르엉
수수료	tiền thù lao	띠엔 투 라오
해고하다	sa thải	싸 타이
인센티브	khuyến khích	쿠엔 킥
승진	sự thăng chức	쯔 탕 쯕
출장	công tắc	꽁 탁
회의	cuộc họp	꾸옥 홉
휴가	kỳ nghỉ	끼 응이
출근하다	đi làm	디 람
퇴근하다	đi làm về	디 람 베
조퇴하다	sớm lui	섬 루이
지각하다	đi trễ	디 쩨
잔업	việc ngoài giờ	비엑 응와이 져
연봉	lương năm	르엉 남
이력서	bản lý lịch	반 리 릭
가불	trả trước	짜 쯔억
은퇴	về hưu	베 흐우
회식	liên hoan	리안 호안

관련 단어 265쪽

연금	Tiền cấp dưỡng	띠엔 껍 즈엉
보너스	tiền thưởng	띠엔 트엉
월급날	ngày lĩnh lương	응아이 린 르엉
아르바이트	làm thêm	람 템
급여 인상	tăng lương	땅 르엉

Chapter 03 증권, 보험 266쪽

증권거래소	trạm giao dịch chứng khoán	짬 자오 딕 쯩 코안
증권중개인	người giao dịch chứng khoán	응어이 자오 직 쯩 코안
주주	cổ đông	꼬 동
주식, 증권	cổ phiếu	꼬 피에우
배당금	cổ tức	꼬 뜩
선물거래	giao dịch phái sinh	자오 직 파이 신

주가지수	chỉ số giá cổ phiếu	찌 소 쟈 꼬 피에우
장기채권	trái phiếu trường kỳ	짜이 피에우 쯔엉 끼
보험계약자	người ký hợp đồng bảo biểm	응어이 끼 홉 동 바오 비엠
보험회사	công ty bảo hiểm	꽁띠 바오 히엠
보험설계사	người bán bảo hiểm	응어이 반 바오 히엠
보험에 들다	đăng ký bảo hiểm	당 끼 바오 히엠
보험증서	chứng từ bảo hiểm	쯩 뜨 바오 히엠
보험약관	điều khoản bảo hiểm	디에우 코안 바오 히엠
보험료	phí bảo hiểm	피 바오 히엠
보험금 청구	đòi tiền bảo hiểm	도이 띠엔 바오 히엠
피보험자	người được bảo hiểm	응어이 드억 바오 히엠

관련 단어 268쪽

일반양도증서	chứng từ chuyển nhượng nói chung	쯩 뜨 쭈엔 느엉 노이 쭝
파생상품	phái sinh tài chính	파이 신 따이 찐
보험해약	hủy hợp đồng bảo hiểm	후이 홉 동 바오 히엠
보험금	tiền bảo hiểm	띠엔 바오 히엠
투자자	nhà đầu tư	냐 더우 뜨
투자신탁	ủy quyền đầu tư	우이 꾸엔 더우 뜨
자산유동화	lưu động hóa tư sản	르우 동 화 뜨 산
유상증자	tăng vốn trực tiếp	땅 본 뜩 띠엡

무상증자	tăng vốn gián tiếp	땅 본 지안 띠엡
주식액면가	mệnh giá cổ phần	멘 쟈 꼬 펀
기관투자가	nhà đầu tư tổ chức	냐 더우 뜨 쭉

Chapter 04 무역 270쪽

물물교환	sự đổi chác	쓰 도이 짝
구매자, 바이어	người mua	응어이 무아
클레임	khiếu nại	키에우 나이
덤핑	bán hạ hàng	반 하 항
수출	xuất khẩu	쑤엇 커우
수입	nhập khẩu	녑 커우
선적	sự chất hàng	쓰 쩟 항
무역 보복	trả thù thương mại	짜 투 트엉 마이
주문서	giấy đặt hàng	져이 닷 항
신용장(LC)	thư tín dụng	트 띤 중
관세	thuế quan	투에 꽌
부가가치세	thuế giá trị gia tăng	투에 쟈 찌 쟈 땅
세관	thuế quan	투에 꽌
관세사	khai thuế hải quan	카이 투에 하이 꽌
보세구역	cửa khẩu	끄아 커우

관련 단어 272쪽

박리다매	lãi ít bán nhiều	라이 잇 반 니에우
컨테이너	container	컨테이너
무역회사	công ty thương mại	꽁 띠 트엉 마이
응찰	đấu thầu	더우 터우
포장명세서	bảng đóng gói	방 동 고이
송장	hóa đơn	화 던

Chapter 05 은행   274쪽

한국어	베트남어	발음
신용장	thư tín dụng	트 띤 중
주택담보대출	thế chấp	테 쩝
이자	lãi suất	라이 쑤엇
대출	sự cho thuê	쓰 쪼 투에
입금하다	nhận tiền	년 띠엔
출금하다	rút tiền	룻 띠엔
통장	sổ	소
송금하다	chuyển khoản	쭈엔 코안
현금인출기	atm	아 떼 엠
수표	ngân phiếu	응언 피에우
온라인 송금	chuyển khoản online	쭈엔 코안 온라인
외화 송금	chuyển khoản ngoại tệ	쭈엔 코안 응와이 떼
환전	sự đổi tiền	쓰 도이 띠엔
신용등급	xếp hạng tín dụng	쎕 항 띤 중
계좌	tài khoản	따이 코안
적금	tiền tiết kiệm	띠엔 띠엣 끼엠

관련 단어   276쪽

한국어	베트남어	발음
매매기준율	tỷ lệ mua bán cơ bản	띠 레 무아 반 꼬 반
송금환율	chuyển tiền hối đoái	쭈엔 띠엔 호이 도아이
현찰매도율	tỷ lệ bán tiền mặt	띠 렌 반 띠엔 맛
현찰매입률	tỷ lệ mua tiền mặt	띠 레 무아 띠엔 맛
신용카드	thẻ tín dụng	테 띤 중
상환	sự trả lại	쓰 짜 라이
연체된	bị chậm trả tiền	비 쩜 짜 띠엔
고금리	lãi suất cao	라이 쑤엇 까오
저금리	lãi suất thấp	라이 쑤엇 텁
담보	sự thế chấp	쓰 테 쩝
주택저당증권	chứng khoán có đảm bảo bằng thế chấp	쯩 코안 꼬 담 바오 방 테 쩝

즉석에서 바로바로 활용하는
일상생활 베트남어 첫걸음

FL4U컨텐츠 저 | 170*233mm | 292쪽 |
14,000원(mp3 CD 포함)

무조건 따라하면 통하는
바로바로 영어 독학 첫걸음

이민정 엮음 | 148*210mm | 420쪽
15,000원(본문 mp3 CD 포함)

무조건 따라하면 통하는
바로바로 일본어 독학 첫걸음

이민정 엮음 | 148*210mm | 420쪽
15,000원(본문 mp3 파일 +
주요 문장 동영상 강의 DVD 포함)

무조건 따라하면 통하는
바로바로 중국어 독학 첫걸음

이민정 엮음 | 148*210mm | 420쪽
15,000원(본문 mp3 CD 포함)